40 LÝ DO TÔI LÀ NGƯỜI CÔNG GIÁO

PETER KREEFT

Hạ Ngôn dịch

Giáo sư Tiến sĩ Triết Peter Kreeft giảng dạy tại phân khoa Triết của Boston College từ năm 1965 đến nay. Ông sinh ra và lớn lên trong môi trường Tin Lành nhưng trở lại đạo Công Giáo sau khi nghiên cứu đề tài Giáo hội sơ khai cho luận án của ông.

Giáo sư Kreeft trở thành một triết gia Công Giáo. Ông cũng là nhà biện minh Thiên Chúa giáo. Ông tranh luận công khai với những kẻ vô thần về sự hiện hữu của Thiên Chúa. Ông viết rất nhiều sách để minh chứng về một Thiên Chúa có thật và để bảo vệ các tín lý Công Giáo. Một trong những cuốn được nhiều người yêu thích là *Handbook of Christian Apologetics* (Cẩm nang Tín chứng Thiên Chúa giáo).

ઠ✝ଃ

LỜI TỰA

Bạn đọc thân mến,

Sống và thi hành tác vụ linh mục gần 50 năm, tôi có nhiều dịp giúp lương dân thuộc mọi thành phần muốn tìm hiểu giáo lý Công giáo và muốn gia nhập đạo Công giáo. Thông thường, buổi gặp gỡ đầu tiên, tôi hay đưa ra những câu hỏi như: Lý do nào anh/chị muốn tìm hiểu giáo đạo Công giáo? Lý do nào anh/chị muốn gia nhập đạo Công giáo? Dĩ nhiên, các câu trả lời khác nhau, tùy theo tuổi tác, kiến thức học vấn cũng như quan niệm về cuộc sống của từng người. Tuy các câu trả lời khác nhau nhưng tựu trung là họ nhìn thấy một cái gì đó tốt đẹp ở đạo Công giáo và họ muốn tìm hạnh phúc sau cuộc sống ở trần gian này. Họ quyết định xin lãnh nhận Bí tích Rửa tội và bắt đầu cuộc hành trình đức tin.

Hôm nay, bạn cầm trong tay cuốn sách nhỏ của một người cải đạo từ Tin lành sang Công giáo. Cuốn sách có tựa đề *"40 Lý Do Tôi Là Người Công Giáo?"* của tác giả Peter Kreeft do Hạ Ngôn dịch sang Việt ngữ. Dịch giả nhờ tôi viết lời giới thiệu vắn gọn như ý muốn của tác giả Kreeft. Tôi đã đọc cuốn sách nhỏ này từ đầu đến cuối. Tất cả 40 câu trả lời cho câu hỏi *"Tại Sao Tôi Là Người Công Giáo?"* của vị giáo sư này cho tôi thấy ông để Kinh thánh đâm rễ sâu trong đời sống đức tin của ông.

Tôi xin giới thiệu và mời bạn đọc nghiền ngẫm những lý do này như một cách tăng thêm phần hạnh phúc trong hành trình đức tin của bạn.

Phaolô Lưu Đình Dương
Linh mục

LỜI MỞ ĐẦU

Có bao giờ chúng ta tự hỏi tại sao tôi là người Công giáo chưa? Phần lớn câu trả lời là vì cha truyền con nối, cha mẹ tôi là người Công giáo nên tôi được rửa tội và nhận các phép Bí tích theo lẽ tự nhiên. Câu trả lời hoàn toàn đúng khi chúng ta ở tuổi vị thành niên, nhưng khi đã trưởng thành, đặc biệt những người ở lứa tuổi về chiều, thử hỏi có bao giờ chúng ta nghiêm túc suy nghĩ tại sao tôi là người Công giáo chưa?

Nếu là người sùng đạo, câu trả lời có thể là nhờ đức tin: vì tin có Chúa nên tôi theo đạo. Đức tin là món quà Chúa ban và không hẳn ai cũng may mắn nhận được món quà đó. Với dân số hiện nay 7.5 tỷ, chỉ 31.2% là Thiên Chúa giáo, biết Chúa; nếu kể riêng Công giáo và Chính thống giáo thì tỷ lệ chỉ còn 19.9%. Chúng ta may mắn nằm trong tỷ lệ ít oi đó. Sâu sắc hơn, có thể nói tôi yêu Chúa là nhờ đức tin, như thánh Augustinô nói, *"Niềm tin là tin những gì không thấy và rồi niềm tin sẽ cho thấy những gì đã tin."* Như thế, chúng ta là người Công giáo vì biết Chúa, và yêu Chúa bằng đức tin, với trái tim.

Câu hỏi tiếp theo là, có bao giờ chúng ta hiểu Chúa bằng trí óc chưa?

Những người tân tòng ở tuổi thành niên, hoặc những kẻ gia nhập (cải) đạo Công giáo từ tôn giáo khác, hoặc những kẻ vô thần dửng dưng trước tôn giáo… tất cả thường tìm hiểu đạo bằng trí óc, bằng suy luận. Họ muốn biết đạo Công giáo có gì hay hơn đạo họ đang giữ không, hoặc tệ hơn, chỉ là một tôn giáo với lịch sử tỳ vết, và triết lý khập khiễng, hoặc thần học ngổn ngang rối loạn. Họ suy nghĩ thật kỹ lưỡng trước khi chịu phép Rửa. Đã có những kẻ vô thần, cũng có nhiều người hữu thần từ một tôn giáo khác, gia nhập Giáo hội khi hiểu được vẻ đẹp (qua lý luận) của đạo Công giáo. Như thánh Hồng Y John Henry Newman, cải đạo từ Anh giáo, một nhà thần học lỗi lạc trong thế kỷ 19, để lại một kho tàng lý luận lớn lao về đạo Công giáo; như Giáo sư Tiến sĩ Thần học Scott Hahn, nói về hành trình cải đạo của hai vợ chồng từ Tin lành trong cuốn "Rome Sweet Home", một nhà biện giải Kinh thánh xuất chúng; như Giáo sư Tiến sĩ Triết Peter Kreeft, cũng cải đạo từ Tin lành, đã viết gần 100 cuốn sách về Công giáo dưới nhãn quan triết học, giúp giáo dân suy luận, suy tư, và suy niệm. Vì là Giáo sư Triết, ông lập luận niềm tin bằng trí tuệ. Trong cuốn *"40 Lý Do Tôi Là Người Công Giáo,"* qua lý giải và biện luận, ông trình bày các lý do khá đơn giản và rất thuyết phục. Thật ra có rất nhiều lý do để là người Công giáo, nhưng ông cô đọng lại thành từng đó, theo suy luận và tầm hiểu biết của ông. Mỗi giáo dân đều có một vài lý do riêng để theo đạo, hoặc – buồn thay – chẳng có một lý do nào. Hy vọng đọc xong cuốn sách này, mỗi người sẽ có (thêm) một vài lý do. Và khi hiểu được Chúa một cách minh bạch, niềm tin sẽ bén rễ sâu.

Tân tòng, hoặc bất cứ ai muốn biết đạo, hoặc những người đang lưỡng lự, đang phân vân, muốn hiểu đạo Công giáo bằng trí óc, qua lý luận thì đây là những lý do cần biết, trước khi Chúa ban cho đức tin qua trái tim. Riêng với giáo dân Công giáo – những người đã yêu Chúa bằng trái tim – với trí khôn hạn hẹp Chúa ban, cũng cần đọc để củng cố niềm xác tín về Thiên Chúa, về Giáo hội qua trí óc, và bằng suy luận. Từ đó chúng ta sẽ hiểu đạo Công giáo hơn, hiểu Giáo hội hơn, và hiểu Chúa hơn.

Một khi đã yêu Chúa bằng trái tim, và nếu hiểu Chúa bằng trí tuệ, thì chắc chắn tình yêu đối với Chúa sẽ mãnh liệt hơn, sâu đậm hơn vì hiểu biết Chúa bằng cả con tim lẫn trí khôn.

Hạ Ngôn

Peter Kreeft
GIỚI THIỆU

Tôi mang chứng bệnh "rối loạn tăng động" (attention deficit disorder) nên rất mau chán. Vì thế, tôi muốn sách đọc cũng nên ngắn gọn. Vì phần giới thiệu hầu như luôn tẻ nhạt, nên phần giới thiệu cuốn sách này cũng cần ngắn gọn.

Tựa đề của cuốn sách nói hết tất cả nội dung. Nhưng tựa đề cũng dễ làm độc giả hiểu lầm: *vì thật ra có hơn bốn mươi lý do*. Trên thực tế, có ít nhất mười lũy thừa tám mươi (10^{80}), mà (tôi được biết), số nguyên tử trong vũ trụ. Và con số vĩ đại đó chỉ mới nói đến vật chất thông thường, chiếm 4,9% vũ trụ, phần còn lại là vật chất tối (26,8%) và năng lượng tối (68,3%).

Mỗi lý do trong cuốn sách này là một điểm độc lập, vì vậy tôi không sắp xếp cuốn sách này theo một thứ tự nào cả, cũng chẳng có chương hoặc đề mục. Thường thì độc giả chỉ nhớ một vài "ý tưởng lớn" hoặc những điểm riêng biệt sau khi đọc một cuốn sách. Tôi chưa hề nghe một ai nói, "*Ồ, đó là một tiến trình lập luận liên tục theo thứ tự hợp lý,"* hoặc *"Ồ, đó là một dàn bài có nhiều tiêu đề nghe thật kêu,"* nhưng tôi lại thường nghe rất nhiều người nói: *"Ồ, điểm này hay!"* Vì thế, "Tại sao quý vị là người Công giáo?" là một câu hỏi hay. Đức tin Công giáo không còn là lẽ đương nhiên hoặc khuynh loát tư tưởng con người nữa, như thời kỳ huy hoàng thịnh trị của Kitô giáo thời Trung cổ, và có lẽ Kitô giáo cũng chẳng cần như thế.

Một câu trả lời hay tương xứng với một câu hỏi hay.

Đây là bốn mươi lý do (câu trả lời) của tôi.

1

TÔI LÀ NGƯỜI CÔNG GIÁO...
VÌ TÔI TIN ĐẠO CÔNG GIÁO LÀ SỰ THẬT

Tôi là người Công giáo vì tôi tin đạo Công giáo chân thật, chân chính và là chân lý. Đối với tôi, một điều hiển nhiên là khi tin bất cứ điều gì thì trước hết điều đó phải là chân lý đã, là điều chân chính đã. Không ai dại tin vào điều giả dối cả. Đó là lý do trung thực đầu tiên và duy nhất khi đặt niềm tin vào bất cứ điều gì.

Nếu quý vị thấy không đúng, nếu đó không phải là lý do đầu tiên khi quý vị đặt niềm tin thì tôi nghĩ quý vị không thành thật với chính mình.

Quý vị không đồng ý với tôi? Hoặc giả quý vị cho rằng nói như thế khó hiểu quá thì đây, tôi xin đơn cử một vài suy nghĩ để quý vị quyết định.

Lấy ví dụ Thiên Chúa trao cho quý vị quyền phán xét trong ngày Chung Thẩm. Trước mặt quý vị là hai người, một người Công giáo giả dối, và một người vô thần chân thật. Khoan nghĩ đến Hỏa ngục, cứ tạm cho rằng cả hai đều được lên Thiên đàng, nhưng một người cần được thanh luyện trong Luyện ngục một thời gian. Quý vị có toàn quyền quyết định số phận của hai người này.

Xin quý vị suy nghĩ xem người nào cần được thanh luyện trong Luyện ngục? Hoặc nếu quý vị không hề có khái niệm Luyện ngục thì xin hỏi quý vị thấy người nào xứng đáng được vào Thiên đàng hơn? Và đây, xin nghe họ trình bày quan điểm của mỗi người.

Một người nói rằng tuy có tin nhưng anh ta không nghĩ đạo Công giáo chân chính, hoặc chẳng cần biết đạo Công giáo chân thật hay không, nhưng tin và giữ đạo vì một vài lý do bình thường như: bạn bè chung quanh nhiều người tin đạo, hoặc cảm thấy tâm hồn thoải mái khi theo đạo, hoặc theo đạo vì nhận được một vài lợi ích vật chất nào đó. Rõ ràng anh không màng đến sự chân chính của đạo Công giáo. Nói khác đi, anh giữ đạo vì hai động lực tốt nhất và quan trọng nhất: đạo đức và hạnh phúc. Đơn giản như thế. Nói nôm na là anh theo đạo chỉ vì cảm thấy tâm hồn hạnh phúc hoặc vì cảm thấy đạo đức hơn. Quý vị nghĩ Thiên Chúa sẽ nói gì với anh?

Theo thiển ý của tôi, Chúa sẽ nói với anh như thế này: hạnh phúc thiếu sự thật thì không phải là hạnh phúc chân chính và như thế không phải là niềm hạnh phúc đích thực; đạo đức thiếu sự thật thì không phải đạo đức chân chính và như thế không phải là đạo đức đích thực. Tóm lại, người Công giáo giả dối cần thời gian thanh luyện hơn là kẻ vô thần chân thật. Tôi tin rằng quý vị đồng ý với kết luận của tôi.

Nếu quý vị vẫn chưa đồng ý, tôi xin đưa ra một ví dụ khác. Lúc quý vị còn nhỏ, khoảng 4-5 tuổi, vào dịp lễ Chúa Giáng Sinh, quý vị tin ông già Noel sẽ tặng quà vào đêm 24; tùy vào thái độ của quý vị tốt hay xấu trong năm. Như thế, vì món quà vào dịp cuối năm của ông già Noel ít ra làm đứa trẻ cư xử tốt hơn, ngoan hơn trong suốt cả năm. Nhưng khi lớn lên, quý vị không còn tin chuyện ông già Noel nữa. Sao vậy? Thưa chỉ vì một lý do duy nhất: vì quý vị thành thật với quý vị nên không tin một điều không phải là sự thật nữa, cho dù điều giả tưởng này thật sự mang lại hạnh phúc và làm cho quý vị (lúc còn bé) tốt hơn; như hai động lực quan trọng hạnh phúc và đạo đức tôi nêu trên.

Nếu quý vị là người hoàn toàn trung thực, chắc chắn quý vị phải đồng ý với tôi qua hai ví dụ trên. Trung thực xem sự thật là điều tuyệt đối không thể chối cãi.

Nếu quý vị chưa là người Công giáo, xin *đừng*

vào đạo trừ phi quý vị thành tâm tin Công giáo là đạo chân thật. Nếu quý vị là người Công giáo nhưng chỉ vì một lý do nào đó – ngoài lý do là đạo chân chính – chẳng hạn như đạo Công giáo giả dối, hoặc nghi ngờ sự chân thật, ngay cả khi quý vị không màng đạo Công giáo chân thật hay không thì đây là lúc quý vị nên bình tâm suy nghĩ – với tất cả tấm lòng thành, với tất cả lòng trung thực – tự hỏi tại sao quý vị lại mang danh Công giáo làm gì. Nếu quý vị thành tâm nghi ngờ sự chân chính của đạo Công giáo và thấy cần bỏ đạo thì đây là lúc quý vị cần sống thật với lòng của quý vị. Thánh Thomas Aquinas nói nếu ở lại trong lòng Giáo hội nhưng lại tin Công giáo là một đạo giả dối thì đó là một tội trọng, một tội đạo đức giả, một tội lỗi chống lại sự trung thực tuyệt đối, một tội lỗi nghiêm trọng đến mức đáng bị án phạt đời đời nếu không biết hối cải. Nói cách khác, nếu quyết định rời bỏ Giáo hội, quý vị đang phạm một sai lầm, nhưng nếu đây là một sai lầm trung thực với tâm tình muốn tìm kiếm sự thật, thì xin Chúa chúc lành cho hành trình tìm kiếm sự thật của quý vị, và xin Chúa soi sáng cho quý vị tìm ra con đường đích thực dẫn đến sự thật. (*"…cứ tìm sẽ thấy,"* Mát-thêu 7:7)

Riêng với tôi, tôi tin đạo Công giáo chân thật

và chân chính, là chân lý. Đó là lý do duy nhất tại sao tôi là người Công giáo.●

2

TÔI LÀ NGƯỜI CÔNG GIÁO...
VÌ ĐÓ LÀ SỰ LỰA CHỌN TỐT NHẤT TRONG 5 LỰA CHỌN

Hiện nay có nhiều tôn giáo và đa số người ta là hữu thần và tin theo một tôn giáo nào đó. Nhưng tôi lại chọn đạo Công giáo? Sau đây là suy luận của tôi.

Lựa chọn đầu tiên là vô thần hoặc hữu thần. Tôn giáo là một "ràng buộc" hoặc là một "sự liên hệ mật thiết." Đúng ra, tôn giáo là sự liên hệ với Thiên Chúa. (Thiên Chúa ở đây có thể hiểu nghĩa rộng lớn hơn, là Thượng Đế, có quyền phép hơn chúng ta). Nếu hiểu như thế thì rõ ràng người vô thần không tin có Thiên Chúa, và vì không tin có Thiên Chúa (Thượng Đế) nên dĩ nhiên họ không cần tôn giáo.

Các cuộc tranh luận chống lại thuyết vô thần thì hầu hết chúng ta đều biết. Tôi xin đưa ra hai luận thuyết nằm trong Kinh thánh.

- Bằng chứng trong thiên nhiên. Ai tạo ra? Thuyết "Big Bang" không thể tự nhiên mà có? Tại sao vạn vật lại sinh ra một cách trật tự và tuyệt diệu đến vậy?

- Lương tâm tuyệt đối: Tại sao khi quý vị cố

ý làm ngược với tiếng lương tâm thì lòng luôn luôn cảm thấy ray rứt? Lương tâm lấy quyền tuyệt đối đó ở đâu nếu không phải từ Thiên Chúa, hay lương tâm chỉ đến từ tình cờ, di truyền, tiến hóa, xã hội hoặc từ lời dạy dỗ của ông bà cha mẹ quý vị, mà quý vị tin không một ai trong họ lại không thể phạm sai lầm?

Hai lý do căn bản tôi không phải là vô thần không phải vì cha tôi hoặc mẹ tôi, nhưng chính là vì lương tâm và vũ trụ tôi đang sống.

Lựa chọn tiếp theo là lựa chọn giữa Thiên Chúa và nhiều thần linh khác. Thuyết đa thần hầu như không còn đất sống hiện nay. Cả đời tôi chưa gặp một người đa thần. Thực tế cho thấy đa thần không hiện hữu, vì lẽ trong vô số thần linh, thế nào chúng ta cũng chọn một vị thần linh tối thượng, một thần linh quyền lực nhất, mạnh mẽ nhất. Không thể nào có hai thần linh tối thượng.

Lựa chọn tiếp theo là lựa chọn giữa Thiên Chúa trong Thánh kinh – Người đã tạo dựng nên vũ trụ – và thần linh của thuyết phiếm thần (một quan niệm về thế giới và triết học), không phải là một người siêu việt với ý niệm đạo đức nhưng chỉ là một trí tuệ vô danh, hoặc một quyền lực không tiếng tăm, hoặc một lý tưởng không tên.

Một lý do trổi vượt để chọn Thiên Chúa của Kinh thánh hơn phiếm thần vì thần linh trong phiếm thần là tất cả người và vật. Nói gọn đi, tất cả con người và muôn vật đều là thần linh. Như thế, thiện và ác ngang nhau, vì đều là thần linh. Tôi không thể tôn kính và thờ lạy một thần linh "hai mặt," một mặt là ác, hoặc hai mặt thiện ác xem như nhau.

Một lý do nữa để chọn hữu thần hơn là phiếm thần vì chỉ có Thiên Chúa của Kinh thánh (Do-thái giáo và Thiên Chúa giáo và Hồi giáo) kết hợp hai bản năng sâu thẳm nhất của con người là bản năng tôn giáo và bản năng đạo đức. Chúng ta phải tôn thờ một Thiên Chúa như thế.

Lựa chọn tiếp theo là – một khi đã nhìn nhận Thiên Chúa mà tôi trình bày trên – chấp nhận hay từ chối Đức Giêsu là Đấng thiêng liêng, Con Thiên Chúa. Điểm này tách biệt Thiên Chúa giáo ra khỏi Do-thái giáo và Hồi giáo.

Đức Giêsu là Thiên Chúa. Có kẻ cho Đức Giêsu là kẻ dối trá, tự xưng là Chúa nhưng lại dựa thế quỷ vương mà trừ quỷ, chứ không phải trừ quỷ do quyền năng của Thiên Chúa (xem Mác-cô 3:22, Lu-ca 11:14-15). Có kẻ nói Đức Giêsu mất trí (xem Mác-cô 3:21). Nếu Đức Giêsu không là Đấng thiêng liêng thì phải là kẻ mất trí vì hành động của Ngài. Nếu Đức Giêsu không là Đấng thiêng liêng thì phải là kẻ phạm thượng, phỉ báng Thiên Chúa tồi tệ nhất vì lời nói của Ngài. *"Ta là Đấng thánh, hãy tin Ta để được sống đời đời. Ta là Đấng toàn thiện. Chính Ta tạo dựng nên vũ trụ và linh hồn ngươi."* Từ tạo thiên lập địa đến nay, từ cổ chí kim, trong lịch sử nhân loại có ai dám công khai tuyên bố những điều cả thể như thế không? có ai dám khẳng định mạnh mẽ và quyết liệt về thân phận của mình như Đức Giêsu không?

Nếu con người thực sự của Ngài là kẻ nói dối hoặc kẻ mất trí, thì ai đã nặn ra nhân vật Giêsu trong Phúc âm, một nhân vật trái ngược với kẻ nói dối và mất trí như hai thái cực qua các đức tính: trung thực, vị tha, nhiệt thành, khôn ngoan, thực tế, sáng tạo, thánh thiện, và lôi cuốn? Lôi cuốn là tính từ đáng nói nhất vì không thể ai cũng bắt chước thành công. Một khi biết và hiểu các đặc tính này, thì quý vị sẽ nhận ra những kẻ mất trí làm sao hấp dẫn dân chúng được, và những kẻ tự cao tự đại nói dối cũng không thể lôi cuốn người nghe được. Ngay cả khi Chúa Giêsu là một nhân vật hoàn toàn hư cấu, thì Ngài vẫn là một nhân vật văn học hấp dẫn và lôi cuốn nhất trong lịch sử nhân loại. Ai đã tạo ra nhân vật Giêsu? Nếu nhân vật Giêsu được miêu tả trong Thánh kinh chỉ là hư cấu, thì ai đã phát minh ra thể loại giả tưởng hiện thực trước nhà văn Tolkien* hai mươi thế kỷ? Một đám ngư dân Galilê ít học lại tài giỏi đến thế sao?

Sự lựa chọn tiếp theo là về việc tuyên bố Giáo hội Công giáo do Đức Kitô lập nên và ủy quyền. Điều này rất khó nghĩ đối với tôi, vì tôi được dạy dỗ và lớn lên trong môi trường Tin lành. Nhưng chứng từ lịch sử về tính cách liên tục của Giáo hội Công giáo về giáo lý, về tông truyền, và niềm tin của Giáo hội về sự Hiện diện Thực sự của Thánh Thể qua hai nghìn năm là những dữ kiện quá lớn lao không thể làm ngơ ngoảnh mặt đi. Nếu tôi muốn trở thành một Kitô hữu, tôi phải đến nơi mà chính Đức Kitô muốn tôi đến, cư ngụ trong căn nhà Ngài tạo dựng nên như một chốn tựa nương tinh thần và tôi phải là một khí cụ để rao giảng giáo lý của Ngài. Và chính Kinh thánh cho chúng ta biết rằng nơi trú ẩn đó không chỉ riêng Kinh thánh mà là Giáo hội.

Các mắt xích nối liền chuỗi suy luận là: (1) tôn giáo, không thể vô thần; (2) độc thần, không thể đa thần; (3) hữu thần, không thể phiếm thần; (4) Thiên Chúa giáo, và Chúa Ba Ngôi, không thể Chúa Một Ngôi; (5) Công giáo, không thể Tin lành. Hoặc ngắn gọn hơn, (1) Uy Quyền hơn; (2) Một; (3) Đấng Sáng tạo; (4) Đức Kitô; (5) Giáo hội.

Ba mắt xích cuối quan trọng hơn cả: chính vũ trụ này do Thiên Chúa tạo dựng nên, Đức Kitô là Ngôi Hai nhập thể, và Giáo hội là nhiệm thể của Đức Kitô.

Tất cả chưa hẳn là một bằng chứng trọn vẹn nhưng là sự sắp đặt hợp lý cho cuộc hành trình dẫn đến đích, cũng là sự sắp xếp dẫn đến một bằng chứng; hay nói khác đi, một lời biện minh cho cuộc hành trình, khi lắng nghe lời của vị giáo hoàng tiên khởi khuyên nhủ chúng ta: *"… hãy luôn luôn sẵn sàng trả lời cho bất cứ ai chất vấn về niềm hy vọng của anh em."* (1 Phê-rô 3:15).●

Chú thích

** J. R. R. Tolkien là tác giả viết truyện giả tưởng nổi tiếng trong thế kỷ 20.*

3

TÔI LÀ NGƯỜI CÔNG GIÁO... VÌ CHÚA GIÊSU THỰC SỰ, ĐÍCH THỰC, CHÍNH NGÀI, HIỆN DIỆN TRONG THÁNH THỂ MỌI NƠI VÀ MỌI LÚC

Chúa Giêsu luôn sẵn sàng ban cho tôi thân xác và linh hồn Ngài trong mọi thánh lễ, để làm của ăn nuôi thân xác và linh hồn tôi.

Và tôi cần Ngài.

Bước vào bất cứ nhà thờ Công giáo nào, ai cũng thấy ngọn đèn đỏ cháy leo lét bên nhà tạm là nơi đặt Mình Thánh Chúa. Ngọn đèn cháy quanh năm suốt tháng, trừ thứ Sáu Tuần Thánh cho đến lễ Vọng Phục Sinh; từ lúc Đức Giêsu chết trên thập giá cho đến lúc Ngài sống lại từ cõi chết vào sáng Chủ nhật Phục Sinh. Thấy đèn đỏ là biết Chúa Giêsu thực sự đang ngự ở đó, hoàn toàn sống động, và hiện diện trọn vẹn; nói rõ hơn, Mình Thánh chính là Đức Giêsu đang ẩn náu trong nhà tạm. Nó giống như ngọn đèn nhẫn nại thắp sáng treo trước cửa nhà của người cha đang trông ngóng đứa con hoang đàng trở về. Từ xa, đứa con có thể thấy ánh đèn lấp ló và biết rằng người cha vẫn kiên nhẫn đợi chờ mình trong căn nhà thân yêu.

Tôi như đứa con hoang đàng, và tôi cần phải trở về nhà, và nhà là bất cứ nơi nào Chúa Giêsu ở, và Ngài ở đó. Đó là lý do tại sao tôi phải đến: vì tôi cần phủ phục dưới chân Ngài với lòng thống hối ăn năn và lòng tôn kính, cùng với niềm vui vỡ òa không gì sánh được.

Có lúc nào quý vị nghi ngờ rằng Đức Giêsu đang hiện diện trong nhà tạm không? Nếu có, tôi có một đề nghị đơn giản cho người không Công giáo và cả giáo dân Công giáo nhưng lại nghi ngờ về sự Hiện diện Thật sự của Đức Kitô trong Mình Thánh (chắn chắn không Công giáo hay giáo dân Công giáo đều có những kẻ nghi ngờ).

Xin bước vào một nhà thờ Công giáo bất cứ lúc nào khi không có một ai ngoài quý vị, và quỳ ngay hàng ghế đầu tiên hoặc quỳ ngay bao lơn lúc rước lễ, và cầu nguyện trong thinh lặng, với tất cả tấm lòng trung thực: *"Chúa ơi, chính Chúa đấy sao? Chúa có thực sự ở trong nhà tạm không? Nếu không, xin đừng để con tin vào điều gian dối đó. Đừng để con là người Công giáo. Vì con muốn biết và sống theo sự thật, dù sự thật đó là gì đi chăng nữa. Và nếu Chúa ở đó, hãy kéo con lại với Chúa gần hơn. Xin ban cho con Chúa*

Thánh Thần để con biết tin vào Chúa, để con ở cùng Chúa và Chúa ở cùng con. Xin biến con thành người Công giáo. Vì cùng một lý do: bởi vì con muốn biết và sống theo sự thật, bất kể sự thật đó là gì."

Song song là lời cầu nguyện của người hoài nghi theo thuyết bất khả tri: *"Chúa ơi, tôi thành thật không biết Ngài có thật hay không, nhưng tôi muốn biết sự thật và sống theo sự thật, vì vậy nếu Ngài hiện diện, xin hãy thuyết phục tôi, với thời gian và theo cách của Ngài."*

Chỉ có ba lý do để quý vị không cầu nguyện một trong hai cách trên.

Một là chắc chắn tuyệt đối rằng ý tưởng tôn giáo thật sự sai lầm và hàng tỷ vị thánh, nhà hiền triết, nhà thần bí và cả những người bình thường như quý vị đều thực sự, thực sự ngu xuẩn khi tin vào tôn giáo. Nếu nghĩ như thế thì quá kiêu ngạo.

Hai là chẳng hề quan tâm đến niềm xác tín lớn lao, khai tâm này đúng hay không. Nếu như thế thì quá thờ ơ trước sự thật.

Ba là sợ sự thật. Nếu biết sợ sự thật thì đây là điều tốt, vì đó là bước đầu để cải đạo.●

4

TÔI LÀ NGƯỜI CÔNG GIÁO...
VÌ ĐẠO CÔNG GIÁO DO THIÊN CHÚA THIẾT LẬP, KHÔNG DO LOÀI NGƯỜI ĐẶT RA

Giáo hội Công giáo là món quà từ Thiên Chúa qua mạc khải thiêng liêng của sự thật, ban cho chúng ta với quyền năng thiêng liêng chứ không hề từ quyền lực con người. Món quà tha thứ và cứu độ cũng di kèm với quyền năng thiêng liêng của Thiên Chúa.

Niềm tin đó cũng giống như niềm tin của người Do-thái rằng họ là "dân riêng Chúa chọn". Có thể đúng hoặc sai. Nếu lời khẳng định đó đúng, thì giải thích được sự sống còn, tính độc đáo, thành tựu và trí tuệ của họ. Đây là cách giải thích khiêm tốn nhất về các đặc tính của dân Do-thái nhưng rõ ràng Chúa ban cho họ, không phải do họ tạo ra. Nếu hiểu cách khác – đó không phải là do Chúa ban cho mà là do chính họ – thì đây là lời nói dối kỳ thị kiêu ngạo, tự cao tự đại nhất mà chưa một dân tộc nào dám khẳng định như vậy. Đây cũng là điều phạm thánh vì toàn bộ thánh thư Cựu ước của họ các tiên tri đều nói, "Chúa phán như vậy", hóa ra chỉ là lời nói suông của con người, chẳng phải của Giavê.

Nhưng nếu đúng như vậy, đúng là các đặc tính của dân Do-thái không phải do Thiên Chúa ban cho, thì làm sao chúng ta có thể giải thích được một sự thật là hầu như ai cũng muốn tiêu diệt họ, từ Pharaôn đến Haman cho đến Hitler. Tuy vậy, dân tộc họ không những chỉ sống sót mà còn phát triển phồn thịnh hơn bao giờ. Ai cũng muốn cải đạo họ, nhưng họ vẫn trung thành với truyền thống của tổ tiên hơn ba nghìn năm, yêu quý bảo tồn thánh thư của họ, trong đó ghi lại những lần Giavê trừng phạt họ, kết án họ vì tội bội đạo, bất trung và ngoan cố.

Vì vậy, bất kể dân Do-thái là gì, cho dù họ là những người được Chúa chọn hay không, họ không đơn thuần là một dân tộc như bao dân tộc khác. Họ là ngoại lệ cho mọi quy luật lịch sử. Dân tộc họ độc đáo, duy nhất. Đối với thế giới, họ như miếng gân bò trệu trạo trong miệng, khó nuốt nhưng cũng không thể nôn ra được.

Tất cả những tuyên bố của Giáo hội Công giáo cũng giống như tuyên bố của người Do-thái về dân tộc họ.

Cũng giống như lời tuyên bố của Đức Kitô về chính Ngài: rằng Ngài không chỉ là con người mà còn là Thiên Chúa, mang nhân tính và thiên tính, Con vĩnh cửu duy nhất của Đức Chúa Cha. Nếu không đúng, thì đó là lời nói dối kiêu ngạo nhất, tự cao tự đại, phạm thánh hoặc một ảo tưởng điên rồ nhất theo nghĩa đen từng thốt ra từ môi miệng con người. Một người bình thường tự xưng là Thiên Chúa thì hoặc là một kẻ điên hoặc là loài ma quỷ. Người đó chắc chắn không thể là một người tốt.

Nhưng nếu Ngài là một kẻ điên hoặc ma quỷ, làm sao chúng ta có thể giải thích về sự khôn ngoan, lòng yêu thương và sự thánh khiết của Ngài? Vì vậy, dù Ngài là ai, Ngài không thể đơn thuần chỉ là một người tốt, một trong số nhiều người tốt lành khác.

Tương tự, xác nhận Giáo hội Công giáo là một Giáo hội chân chính, có thẩm quyền, hữu hình do chính Chúa Giêsu thành lập và ủy quyền để rao truyền chân lý của Ngài, nhân danh Ngài, với quyền năng bất khả ngộ (vô ngộ, không thể sai lầm) của Ngài – xác nhận này đúng hay sai, và nếu sai, đó là lời tuyên bố xấu xa nhất, kiêu ngạo nhất và báng bổ nhất mà chưa một thực thể tôn giáo nào trên thế giới dám tuyên xưng như thế.

Thêm nữa, nếu xác nhận này sai, làm thế nào để giải thích cho sự khôn ngoan, sự thánh thiện (các thánh của Giáo hội), sự sống sót qua nhiều thử thách và sự trung thành của Giáo hội với những lời giảng dạy của Đức Kitô trong suốt hai ngàn năm lịch sử?

Vì vậy, dù Đức Kitô là ai, Ngài không thể đơn thuần chỉ là một người tốt, một trong số nhiều người tốt lành khác.

Vì vậy, dù là gì đi nữa, thì Giáo hội Công giáo không thể đơn thuần chỉ là một "giáo phái", một trong số các giáo phái trên cõi đời này. Giáo hội Công giáo độc đáo.

Giống như Đức Kitô.

Giống như dân Do-thái.

Giống như Giavê của họ.●

5

TÔI LÀ NGƯỜI CÔNG GIÁO...
VÌ THỰC TẾ GIÁO HỘI CHƯA BAO GIỜ HẠ THẤP CHUẨN MỰC ĐẠO ĐỨC, CŨNG NHƯ KHÔNG HỀ THAY ĐỔI GIÁO HUẤN

Giáo lý Công giáo luôn trong sáng cho dù người rao giảng đôi khi không trong sạch. Ngay cả khi các giáo hoàng Borgia không những chẳng yêu người nghèo mà còn lợi dụng và áp bức họ vì lòng tham lam của cải, những người cai quản Giáo hội vẫn tiếp tục rao giảng luật của Chúa Giêsu là yêu người nghèo, và nhấn mạnh lời nguyền rủa của Ngài đối với những kẻ áp bức và tham lam.

Nhưng tội lỗi và ngớ ngẩn của Giáo hội là gì? Điều gì trong số những kẻ đáng khinh lợi dụng danh nghĩa Giáo hội "điều hành" công việc "kinh doanh" rất trần tục này? Một trong những giám mục đầu tiên là Giuđa Iscariốt! Và cho đến nay, vẫn có một số giám mục sẵn sàng thỏa hiệp với cái ác, những kẻ chỉ quan tâm đến danh tiếng hơn là sự đau khổ của những đứa trẻ bị lạm dụng tình dục. Hầu hết các giám mục và linh mục là những người tốt và ngay thẳng, nhưng chỉ có một số rất ít dũng cảm và là thánh nhân.

Người ta nói, đạo đức giả chỉ "làm tăng thêm vẻ đẹp của đức hạnh*." Vẻ đẹp của đức hạnh bao gồm việc xác định hành vi đạo đức giả và đồng thời lên án nó. Chúa Giêsu không tiếc lời lên án thói giả hình của người Pharisêu, nhưng Ngài đồng ý với tín lý của họ. Nhóm Pharisêu không thực hành những gì họ rao giảng, nhưng ít ra họ rao giảng những gì họ không thực hành.

Như những người Do-thái thời Cựu Ước, và những người Pharisêu thời Chúa Giêsu, Giáo hội, từ hai thiên niên kỷ nay, không hề giảm phẩm chất những chuẩn mực và giáo huấn cao cả đầy thánh thiện ngay cả khi Giáo hội nằm trong tay những kẻ hèn nhát và những kẻ thỏa hiệp với cái ác. Phải nhìn nhận đó là một phép lạ. Có cơ chế hay tổ chức nào khác trên thế gian – ngoài Giáo hội – dám từ chối thay đổi quy tắc hoặc hạ thấp chuẩn mực để sống còn ngay cả khi cơ chế này bị thao túng bởi những kẻ độc ác thiếu đạo đức? Ngay cả lúc đoàn quân Thập tự chinh nhân danh Đức Kitô – Đấng luôn khuyên răn phải yêu thương, gìn giữ hòa bình, và cổ vũ lòng vị tha – trút căm thù lên đoàn quân bại trận, cướp bóc và tàn sát thẳng tay. Những hành vi vô đạo đức này không hề thay đổi hoặc hạ thấp giá trị của Đức Kitô; nhưng ngược lại, chính Đức Kitô đã thay đổi và nâng cao hành vi của những kẻ theo Ngài.

Rõ ràng, Đức Kitô không ngần ngại trao sứ mệnh yêu thương vào tay những kẻ đáng khinh, như xưa kia Ngài đã tự trao thân xác tiều tụy trong tay những con thú của ganh ghét, hận thù, và độc ác; để rồi thân xác treo lơ lửng trên đồi Sọ qua cái chết thảm khốc của Ngài trên Thập giá. Thế gian luôn kinh ngạc vì cách lựa chọn lạ lùng của Đức Kitô, khi Ngài trao quyền vào tay những kẻ như thế.

Khi Napoléon bắt cóc Giáo hoàng Piô VII, nhà vua nói với Ngài, "Tôi thề sẽ tiêu diệt Giáo hội đến cùng." Đức Piô cười trả lời, "Nếu chúng tôi, là những người Công giáo, đã cố làm điều đó trong mười chín thế kỷ qua mà không thành công, thì ngài cũng chỉ chuốc lấy thất bại mà thôi." ●

Chú thích

** Công tước Francois De La Rochefoucauld, một nhà quý tộc vào thế kỷ 17, trích từ cuốn Réflexions ou Sentences et Maximes Morales (1665).*

6

TÔI LÀ NGƯỜI CÔNG GIÁO...
VÌ CÙNG MỘT LÝ DO
NHƯ G. K. CHESTERTON:
XIN ƠN THA TỘI

Hầu như các Giáo phụ đều gọi Giáo hội là "hòm bia" – hòm bia cứu độ. Gia đình Nô-ê chẳng phải gia đình thánh nhưng ông lại hiểu vật thánh quan trọng thế nào nên đưa hòm bia lên tàu.

Nhưng tại sao chúng ta cần Giáo hội để tội lỗi của chúng ta được tha? Bởi vì Đức Kitô đã hứa, không phải cho tất cả các môn đệ của Ngài mà chỉ riêng cho các tông đồ (khi phong chức cho những người kế vị qua bí tích Truyền Chức bằng "việc đặt tay"), khi các tông đồ tha tội cho ai dưới đất thì trên trời cũng sẽ tha cho người đó, (xem Gio-an 20:23; Mát-thêu. 16:19).

Khi tôi vào tòa giải tội, tôi trở thành một người căn bản chính thống, hoặc ít nhất là một người bảo thủ: Tôi phải hoàn toàn tin chắc chắn rằng phép lành tha tội của vị linh mục, không phải nhân danh ngài nhưng nhân danh Chúa Giêsu, đúng theo nghĩa đen và được bảo đảm về mặt thánh thiêng. Nếu cảm thấy không cần điều đó, thì quý vị là một kẻ khờ dại (khi đi xưng tội) hoặc một người tốt lành hơn các vị thánh (không cần xưng tội).

Suy nghĩ cho cùng, tôi nhận ra thực sự tôi chẳng hiểu biết nhiều về Thiên Chúa; nhưng tôi biết rất rõ bốn điều sau đây.

1.   Tôi biết tôi (một lần nữa, khi tôi suy nghĩ sâu xa về con người yếu đuối của tôi), và tôi biết tôi luôn là kẻ có tội và cần được tha thứ.

2.   Tôi cũng biết, từ Kinh thánh, Chúa Giêsu tuyên bố Ngài có thẩm quyền, và từ đó dẫn đến quyền năng (thẩm quyền là "lẽ phải tạo ra quyền năng", chứ không phải "quyền năng tạo ra lẽ phải") tha tội. Đó là một trong những lý do khiến người Do-thái nhận thức đúng về thiên tính của Chúa Giêsu: *"Ai có quyền tha tội ngoài một mình Thiên Chúa ra?"* (Lu-ca 5:21).

3.   Tôi cũng biết, từ những đoạn trong Phúc âm được trích dẫn ở trên, Chúa Giêsu đã ban thẩm quyền và quyền năng tha tội này cho các tông đồ (xem Công vụ Tông Đồ 1:22, 14:23, 16:4; Ti-tô 1:5) và các tông đồ trao quyền này cho những người kế vị (tông truyền) qua Bí tích Truyền Chức Thánh bằng cách đặt tay (xem Công vụ Tông Đồ 8:18; 1 Ti-mô-thê 4:14).

Những người kế vị này là các giám mục và linh mục trong Giáo hội Công giáo (phổ quát) duy nhất.

4.   Tôi cũng biết rằng Giáo hội tông truyền này, cả Rôma và Chính thống giáo, là giáo hội duy nhất nhìn nhận quyền kế vị tông đồ trong hàng tư tế linh mục và có Bí tích Giải tội và linh mục có thẩm quyền tha tội – tội của chính tôi.

Cứ đến nhà thờ, gặp linh mục, và thật lòng thống hối ăn năn, tội lỗi (tày trời đến mấy) sẽ được tha. Phương cách để được tha tội quá tiện lợi và hữu hiệu, tại sao không làm?●

7

TÔI LÀ NGƯỜI CÔNG GIÁO...
VÌ GIÁO HỘI CÔNG GIÁO KHÔNG HỀ SAI VỀ TẤT CẢ MỌI ĐIỀU GIÁO HỘI KHẲNG ĐỊNH LÀ KHÔNG THỂ SAI

Tất cả những gì Giáo hội Công giáo nói không thể sai thì, đúng như thế, chắc chắn không thể sai. Nguyên lý này đúng ngay cả khi những người khác sai. Đặc biệt những điều sau đây:

• Giáo hội đúng, như thánh Augustinô biện luận, về sự liên hệ giữa Giáo hội và Thế quyền. Theo ngài, thực thể của Giáo hội và Thế quyền như hai thái cực, hai "thành trì," một bên là những người tin vào Chúa, bên kia là những kẻ không tin. Dân chúng của hai thành trì có chung bản tính, cùng nhu cầu và giá trị, như công lý và trật tự và luật lệ cũng như của cải tự nhiên, và chính những điểm chung này đã ràng buộc Giáo hội với Thế quyền, làm nền tảng cho lòng trung thành của Giáo hội đối với Thế quyền. Nhưng hai bên lại đối nghịch về điều tốt đẹp tối hậu của con người, và như thế Giáo hội sẽ không thay đổi các chuẩn mực, cho dù phải trả bằng giá tử vì đạo. Khi Thế quyền trở thành một tôn giáo, Giáo hội sẽ lập tức đối đầu.

• Giáo hội đúng về chiến tranh, phù hộ (chiến tranh là phương tiện hợp pháp để chấm dứt áp bức và gian ác) nhưng không nhất thiết phải theo phương cách bất bạo động của Gandhi, và cho phép nhưng không cổ võ chiến tranh mà chỉ chấp nhận chiến tranh phòng thủ, một cuộc chiến chính đáng và cần thiết.

• Giáo hội đúng về Chúa Ba Ngôi, bác bỏ tất cả các dị giáo: Arianism, Docetism, Tritheism, Unitarianism, Apollinarianism, Monothelitism, Monophysitism, Nestorianism, Patripassianism, Sabellianism, Modalism, Adoptionism, Macedonianism, Eusebianism, Subordinationism, Panentheism, Pantheism, and Eutychianism. Tôi thật sư ngạc nhiên khi thấy Chúa dùng Giáo hội – không phải Kinh thánh, hoặc lời giảng dạy của Chúa Kitô – để tuyên xưng mầu nhiệm Chúa Ba Ngôi, mầu nhiệm vĩ đại nhất, khó hiểu nhất đối với trí khôn của loài người. Tuy vậy, Giáo hội không sai lầm khi xác định và giữ vững mầu nhiệm này, không chấp nhận bất cứ lối giải thích nào khác, đồng thời bác bỏ mọi luận thuyết khác từ các dị giáo, kể cả mọi hiểu lầm về mầu nhiệm này, như những người theo đạo Tin lành chính thống (nhóm truyền thống, giáo phái Tin mừng, nhóm Kinh thánh, nhóm Cải cách) thừa nhận.

• Giáo hội đúng về nhân tính và thiên tính của Đức Kitô, bác bỏ nhóm Arian khi họ phủ nhận thiên tính đầy đủ của Ngài và triệt hạ thuyết Docetism và Ngộ đạo khi họ phủ nhận toàn bộ nhân tính của Ngài.

• Giáo hội đúng về vị thế của Giáo hội, khi tự nhìn nhận vừa là một tổ chức trần thế (hữu hình), vừa là dân của Chúa và Nhiệm thể (vô hình) của Đức Kitô.

• Giáo hội đúng về các bí tích, tránh xa chủ nghĩa duy vật và chủ nghĩa tâm linh, cả hai chỉ là huyền bí và chủ nghĩa tượng trưng.

• Giáo hội đúng về những người Tin lành Cải cách, đồng ý khi họ khẳng định *"đức tin đã được truyền lại cho các thánh chỉ một lần là đủ"* (Giu-đa [Tađêô] 1:3), mà người Công giáo gọi là Truyền thống với chữ T viết hoa và kho Ký thác Đức tin*, và không đồng ý về lòng bất trung đối với đức tin mà họ đã từng xác tín.

• Giáo hội đúng với quan niệm về con người, chẳng phải thần thánh và cũng không phải loài thú; chẳng phải thiên thần cũng không phải động vật. Giáo hội tránh xa chủ nghĩa duy vật và chủ nghĩa tâm linh, và cả chủ nghĩa nhị nguyên.

• Giáo hội đúng với quan niệm về con người, không phải không hề phạm tội và cũng không phải không thể là thánh nhân. Giáo hội luôn khuyến khích tội nhân thống hối để trở nên thánh, và khuyến cáo thánh nhân là kẻ tội lỗi.

• Giáo hội đúng khi tránh xa thuyết tiền định Calvinism (chỉ một số người Chúa chọn được ơn cứu độ) và thuyết tự do ý chí Arminianism (đề cao tự do của ý chí mà quên đi ân sủng của Chúa).

• Giáo hội đúng khi nói rằng ân sủng luôn có trước bản tính và đồng thời xác nhận giá trị của bản tính, sử dụng và hoàn thiện bản tính chứ không đối đầu hoặc hạ thấp giá trị bản tính. Giáo hội bác bỏ chủ nghĩa Pelagianism, cả chủ nghĩa Hồi giáo Ash'arism, và chủ nghĩa Occasionalism.

• Giáo hội đúng khi nói về sự công chính đòi hỏi cả hai: gốc rễ của đức tin (trái với chủ nghĩa nhân bản) và cả hoa trái của tình yêu, tức là việc làm của tình yêu (trái với chủ nghĩa Tin lành Luther).

• Giáo hội đúng về đạo đức, không ủng hộ chủ nghĩa Jansenism (một hình thức chủ nghĩa tiền định) hoặc chủ nghĩa thanh luyện Puritanism, cũng như chủ nghĩa chủ quan hiện đại, chủ nghĩa tương đối, chủ nghĩa thực dụng hay chủ nghĩa vị lợi.

• Giáo hội đúng khi nhìn thấy kẻ thù ở cả Cánh tả (chủ nghĩa Cộng sản) lẫn Cánh hữu (chủ nghĩa Phát xít).

• Giáo hội đúng khi phản đối cả chủ nghĩa độc tài toàn trị ở phương Đông (bao gồm cả những người theo đạo Hồi ngày nay) và chủ nghĩa cá nhân tự trị và phóng túng, chủ nghĩa tiêu dùng và chủ nghĩa duy vật ở phương Tây.

• Giáo hội đúng về Hồi giáo vừa là dị giáo vừa là một tôn giáo cao quý, tôn thờ cùng một Thiên Chúa như người Do-thái và Thiên Chúa giáo nhưng bất toàn vì không nhìn nhận Đức Kitô.

• Giáo hội đúng về Do-thái giáo, khi nói rằng tất cả người Công giáo trước hết là người Do-thái tâm linh và nhiệm vụ của chúng ta là rao giảng cho tất cả mọi người để họ biết trở về cùng Thiên Chúa, kể cả các tổ phụ Do-thái theo Đức tin. Và khi các tổ phụ Do Thái theo Đức tin trở thành Công giáo, họ luôn nói rằng chất Do Thái trong người tăng nhiều hơn, chứ không hề giảm. Người Công giáo là "người Do-thái trọn vẹn."

• Giáo hội đúng về việc hạn chế sinh sản là tội lỗi tầy trời. Chỉ có mỗi Giáo hội Công giáo mới có quan niệm đúng đắn về việc sinh sản.

• Giáo hội đúng về việc ly dị ngay từ đầu. Chúa Giêsu lên án và ngăn cấm rõ ràng, và không giống như tất cả các giáo hội khác, Giáo hội Công giáo không hề tự ban cho mình quyền ngăn cấm nhưng chỉ làm theo mệnh lệnh của Đức Kitô.

• Giáo hội đúng về phẩm giá và nhân tính của thể xác, chống lại chủ nghĩa duy linh; và quan niệm đúng về tính ưu việt và bất tử của linh hồn, chống lại chủ nghĩa duy vật.

• Giáo hội đúng về sự tôn trọng phẩm giá của những người đồng tính và lên án các hành vi tính dục của những kẻ đồng tính; đúng về yêu thương tội nhân – cả tội nhân đồng tính và dị tính, và ghét tội lỗi – cả tội đồng tính và dị tính.

• Giáo hội đúng về "Thần học Thân xác**," (Theology of the Body) theo Tông huấn của thánh Giáo hoàng Gioan Phaolô II. Đây là câu trả lời cân bằng nhưng quyết liệt và đáng kinh ngạc của Giáo hội đối với cuộc cách mạng tình dục mang tính hủy diệt nhất trong thời đại hiện nay.

Giáo hội đối diện với nhiều thử thách trong việc gìn giữ giáo huấn truyền thống suốt cả hai nghìn năm như Chesterton mô tả: một cỗ xe vàng trên cuộc hành trình gập ghềnh, qua nhiều thế kỷ, qua núi non hiểm trở, đường sá chật hẹp, gồ ghề và khúc khuỷu, luôn tránh thoát không rơi xuống vực thẳm hai bên đường, vượt qua bão táp phong ba và không bao giờ ngã quỵ, lao đao nhưng vẫn đứng thẳng, vị lãnh đạo vẫn giữ vững dây cương của những con ngựa hoang; Giáo hội vẫn tiến về phía trước trong khi tất cả các dị giáo bao vây chung quanh đều ngã gục.

Tính chính thống hoàn toàn trái ngược với suy nghĩ của hầu hết mọi người về tên gọi: không đơn điệu và hiển nhiên, không tẻ nhạt và nhàm chán, giống như một căn nhà đầy đủ tiện nghi nằm ở ngoại ô, nhưng là một cuộc mạo hiểm cuồng nhiệt, và thực tế cho thấy, cuồng nhiệt nhất, kỳ lạ nhất, nguy hiểm nhất và bi hùng nhất, một cuộc hành trình hấp dẫn và lãng mạn nhất trong lịch sử.

Lịch sử của Giáo hội trông như thế nào? Bài thánh ca dưới đây mô tả nét đẹp thánh khiết và tóm tắt mục tiêu của Giáo hội qua những nốt nhạc đầu tiên. Đó là một chuyện tình, qua việc Chúa nhập thể làm người tình anh hùng và cứu nương tử Giáo hội thoát khỏi tai họa:

Nền tảng của Giáo hội là Chúa Giêsu Kitô, và Ngài là Chúa của Giáo hội muôn đời.

Giáo hội là sự sáng tạo mới của Đức Kitô bởi nước và Lời.

Từ trời, Ngài xuống trần gian và ngỏ lời xin Giáo hội làm cô dâu thánh của Ngài.

Chúa Giêsu chuộc Giáo hội bằng chính máu của Ngài, và chết để Giáo hội được sống mãi…●

Chú thích

theo Tông Hiến Fidei Depositum của thánh Giáo hoàng Gioan Phaolô II, Gìn giữ Kho KÝ THÁC ĐỨC TIN, là sứ mạng Chúa đã trao phó cho Giáo hội và Giáo hội vẫn chu toàn trong mọi thời đại.

**Thần học Thân xác": nếu con người sống đời sống hôn nhân đúng với ý hướng ban đầu của Thiên Chúa, thì con người có thể làm thay đổi nền văn hóa và thế giới, vì gia đình là chủ thể sống động trong việc thiết lập nền văn minh tình thương và canh tân văn hóa Kitô Giáo.*

8

TÔI LÀ NGƯỜI CÔNG GIÁO...
VÌ CÁC NGÔI THÁNH ĐƯỜNG

Ngôi Thánh đường là phép màu kỹ thuật công nghệ, đi trước thời đại hàng thế kỷ. Với những đà ngang treo lơ lửng, chúng trông giống như con tàu vũ trụ. Thánh đường nâng thần trí lên cao. Điều kỳ diệu là Thánh đường vẫn nằm yên trên mặt đất.

Tôi sẽ không ngạc nhiên nếu vào một buổi sáng đẹp trời, tất cả ngôi Thánh đường chắp cánh bay về Thiên đàng. Thánh đường không chỉ đẹp; mà còn mang vẻ thánh thiêng. Thánh đường là kiến trúc gần đúng nhất với nghĩa Thiên đàng mà con người may mắn được chiêm ngắm ở trần gian.

Thánh đường tồn tại chỉ vì một lý do: là ngôi nhà không phải cho con người mà cho Thiên Chúa, cho Chúa Giêsu Kitô, Thiên Chúa nhập thể, Đấng thực sự hiện diện nơi Thánh đường trong Bí tích Thánh Thể. Những người Tin lành không xây Thánh đường, họ chỉ dựng nhà thờ, hoặc nếu có xây, cũng chỉ là bắt chước Công giáo.

Tôi dám thách quý vị, vào Thánh đường

Chartres, hoặc Notre Dame, hoặc Westminster (nguyên thủy là Công giáo) ở Luân-đôn, hoặc Thánh đường thánh Patrick ở New York mà không khỏi ngẩn ngơ suy nghĩ. Đầu tiên, đừng nghĩ, chỉ ngắm nhìn. Sau đó, hãy tự hỏi: vẻ nguy nga từ đâu đến?

Nhìn khuôn mặt của một vị thánh như Mẹ Têrêxa bàng bạc nét đẹp vô hình và hữu hình của tâm hồn Mẹ. Khi nhìn ngôi Thánh đường cũng thế, nét kiến trúc thể hiện vẻ đẹp tâm linh và nhân cách của Giáo hội Công giáo.

Thánh đường là phép lạ của đá và thủy tinh khi cả hai cùng cất tiếng hát. Tôi biết ba người từng là vô thần đã trở lại đạo chỉ vì khúc giao hưởng Saint Matthew Passion* của Bach. Họ nhận ra ngay khúc giao hưởng này không thể hòa tấu nếu không có Chúa ẩn hiện trong những nốt nhạc. Thánh thót quá. Linh thiêng quá. Không giải thích được. Có một lực vô hình ở đàng sau bản giao hưởng đập vào thính giác. Thánh đường của âm nhạc và Thánh đường của đá và thủy tinh cũng có sức mạnh giống như thế và cũng không thể giải thích được. Chỉ ngước mắt nhìn, không ai có thể cưỡng lại được hấp lực của Thánh đường. Một cách duy nhất chống lại hấp lực hướng thiện, người ta phải kể đến các thế lực thấp hèn của Ma quỷ: chủ nghĩa yếm thế (cổ võ sống thuận theo bản tính tự nhiên), chủ nghĩa duy vật, chủ nghĩa hoài nghi, chủ nghĩa hư vô, chủ nghĩa giản lược.

Nguồn cội và niềm cảm hứng cho những ngôi Thánh đường này rõ ràng đến từ Thiên đàng. Thật dễ để thấy điều đó; thật khó để không thấy vẻ uy nghi của Thánh đường.

Đừng bỏ lỡ cơ hội chiêm ngắm Thánh đường.●

Chú thích

* *https://www.youtube.com/watch?v=591fCQvRjmo*

9

TÔI LÀ NGƯỜI CÔNG GIÁO...
VÌ GIÁO HỘI CÔNG GIÁO KHÔNG PHẢI LÀ MỘT TỔ CHỨC CỦA ĐỨC KITÔ NHƯNG CHÍNH LÀ NHIỆM THỂ CỦA NGÀI

Tôi là người Công giáo vì Đức Kitô thiết lập Giáo hội và ban Giáo hội cho tôi qua mối liên hệ về ý nghĩa, lịch sử và thời gian với Ngài. Nếu không có mối liên hệ, sợi dây liên kết với sức mạnh thiêng liêng vô hạn, linh hồn sẽ chết. Chúng ta nhận được sự sống của Ngài, Máu Thánh của Ngài, qua giòng sữa Bí tích Thánh Thể của Giáo hội. Theo đúng nghĩa, Thánh Thể kết hợp chúng ta vào nhiệm thể của Ngài.

Chúng ta cũng nhận được thần trí của Chúa Giêsu qua lời dạy của Giáo hội. Những tín điều không thể sai lầm chỉ có thể sinh ra từ tâm trí không thể sai lầm, tâm trí thánh thiêng. Nhưng giáo huấn không cứu chúng ta; giáo huấn chỉ là kim chỉ nam giúp chúng ta đi đúng hướng. Không như Plato và Đức Phật, Chúa Giêsu đã cứu chúng ta không phải bằng lời nói "Đây là tâm trí của ta" mà là, "Đây là thân xác của ta." Và không phải chỉ bằng lời nói mà bằng cả việc làm, là trao ban thân xác của Ngài cho chúng ta, trên Thập giá, và trong Bí tích Thánh Thể, và trong Giáo hội. Đó là cùng một thân xác nhưng ở ba nơi: Thập giá, Thánh Thể, và Giáo hội. (Đức Kitô không phải là một người khổng lồ với ba thân xác, nhưng là một người to lớn với ba đầu).

Làm thế nào để chúng ta kết hợp thân xác với Ngài? Đó phải là thân xác bởi vì chúng ta là xác thịt; đó là lý do tại sao Ngài trở thành thân xác như chúng ta, nhập thể trong cả thời gian và không gian. Ngài không kết hợp với chúng ta bằng cách đưa chúng ta ra khỏi cơ thể bằng ma thuật. Thiên Chúa giáo chứ không phải Ấn Độ giáo hay Phật giáo. Đức Kitô kết hợp với chúng ta ngay ở đây và ngay bây giờ, ngay trong thân xác của chúng ta.

Nhưng rõ ràng chính thời gian và không gian cản trở sự kết hợp. Thời gian cách biệt vì Ngài ở cách xa chúng ta hai ngàn năm và không gian xa vời vợi vì Ngài ở cõi vĩnh hằng trên Thiên đàng. Làm thế nào để chúng ta kết hợp với Ngài đây? Chúng ta không thể bay lên Thiên đàng bằng bất cứ phương tiện trần thế nào. Chúng ta cũng không thể quay ngược thời gian hai nghìn năm để gặp Ngài. Câu hỏi nan giải vẫn là làm thế nào vượt không gian và thời gian để kết hợp với Đức Kitô?

Chỉ còn một cách duy nhất. Là chính Đức Kitô đến với chúng ta. Nhưng bằng cách nào?

Sự kết hợp không thể chỉ đơn thuần về mặt tinh thần. Điều này khả dĩ nhưng trừu tượng quá.

Câu trả lời của đạo Tin lành là bằng đức tin. Tất nhiên chúng ta cần niềm tin, nhưng không phải chỉ có mỗi niềm tin; chúng ta cần đối tượng của đức tin, đó là Đức Kitô. Chúng ta không có niềm tin trong đức tin (như một đại sảnh toàn gương soi gắn quanh tường) nhưng niềm tin trong Ngài. Vì vậy, niềm tin và một tâm hồn rộng mở vẫn chưa đủ, vì đói khát và miệng chờ ăn không phải là cách giải quyết nạn đói; nhưng chính thức ăn. Và chính Đức Kitô là thức ăn cho chúng ta; niềm tin chỉ là sự đói khát và tâm hồn rộng mở để chờ thức ăn.

Vậy làm thế nào để chúng ta đến được với Ngài? Đúng hơn, làm thế nào để Ngài đến với chúng ta? Nên nhớ rằng, điều này không thể chỉ là về mặt tinh thần, trừ phi chúng ta theo đạo Hindu chứ không phải Thiên Chúa giáo.

Chỉ có một câu trả lời: Đức Kitô đến với chúng ta trong thân xác của Ngài hôm nay cũng như đã đến với chúng ta bằng thân xác Ngài hai ngàn năm trước. Và Giáo hội là thân xác của Ngài; là "thân xác nối dài của Nhập Thể."

Nhiệm Thể nhận được khi Rước Lễ chính là Nhiệm Thể đã cứu rỗi chúng ta khi Ngài dâng hiến thân xác của Ngài trên Thập giá. Đức Kitô chỉ có một thân xác, nhưng ở ba nơi: trên Thập giá, trong Bí tích Thánh Thể, và trong Giáo hội. Và Đức Kitô ở trong Giáo hội qua hai cách, hoặc hai chiều kích, và chúng ta cũng tồn tại trong hai chiều kích như Đức Kitô tồn tại trong nhân tính của Ngài: (1) Ngài hiện hữu trong một thực thể công cộng, ngoại cảnh, khách quan, hữu hình để giảng dạy và thánh hóa dân của Ngài, (2) và đồng thời, Ngài cũng hiện hữu trong linh hồn và thể xác dân của Ngài một cách riêng tư, nội tâm, chủ quan, vô hình. Những ai chịu phép Rửa, và những ai rước thân xác của Đức Kitô qua Bí tích Thánh Thể đều trở thành tế bào trong Nhiệm thể của Ngài, hay còn gọi là Giáo hội.

Khi Đức Kitô nói, "*...nếu các ông không ăn thịt và uống máu Con Người, các ông không có sự sống nơi mình.*" (Gio-an 6:53), có phải Ngài muốn nói đến "xác thịt" nhân tính của Ngài treo trên Thập giá, hoặc thân xác của Ngài trong Bí tích Thánh Thể, hoặc Nhiệm Thể của Ngài trong Giáo Hội? Đặt câu hỏi như thế là sai. Đây không phải là sự lựa chọn một trong ba. Nên nhớ Đức Kitô chỉ có một thân xác, không phải ba.

Cắt lìa ra khỏi thân xác của Đức Kitô là đoạn tuyệt với Giáo hội, cũng là cắt đứt mối liên hệ với Ngài. Đó là hành động tự giết mình. Đó cũng là lý do tại sao thánh Thomas More (1478-1535), người Anh, chấp nhận hy sinh mạng sống khi biết vua Anh Henry VIII đoạn tuyệt với Giáo hội Rôma. (Xem phim A Man for All Seasons; đó là cuốn phim hay nhất nói về cuộc đời của ngài.)●

10

TÔI LÀ NGƯỜI CÔNG GIÁO...
VÌ CHỈ CÓ GIÁO HỘI CÔNG GIÁO MỚI CÓ THỂ CỨU NỀN VĂN MINH NHÂN LOẠI KHỎI SỰ HỦY DIỆT VỀ TINH THẦN VÀ VẬT CHẤT

Thân xác – kể cả các nền văn minh nhân loại – sẽ theo linh hồn đến bất cứ nơi nào con người đến, cả đời này và đời sau, Thiên đàng hay Hỏa ngục. Bất cứ điều gì tốt trong nền văn minh sẽ được biến đổi và lưu lại trên Thiên đàng. Bất cứ điều gì không tốt, sẽ bị loại bỏ.

• Giáo hội Công giáo là Giáo hội chắc chắn duy nhất trong lịch sử, ngoại trừ dân tộc Do-thái, mà chúng ta biết vẫn tồn tại khi Chúa Giêsu giáng lâm lần thứ hai và lịch sử kết thúc, cho dù một triệu năm kể từ bây giờ. Và khi Chúa Giêsu đến, Ngài sẽ cưới Giáo hội (xem Khải huyền 21:2); và Ngài không phải là người đa thê: Ngài sẽ không kết hôn với một hậu cung hai mươi nghìn giáo hội, nhưng chỉ cưới mỗi Giáo hội Công giáo mà thôi.

• Giáo hội Công giáo là kho lưu trữ và sự tổng hợp vĩ đại nhất về trí khôn của quá khứ, và là niềm hy vọng trường kỳ duy nhất cho tương lai, của nền văn minh nhân bản của nhân loại.

• Giáo hội Công giáo bất tử. Trong suốt lịch sử, nhiều lúc Giáo hội tưởng chừng ngã quỵ, nhưng vẫn đứng lên, tưởng như đã chết, nhưng vẫn sống dậy. (Xem *"The Five Deaths of the Faith"*, chương 6 trong cuốn *The Everlasting Man* của G. K. Chesterton).

• Giáo hội Công giáo là Giáo hội duy nhất trên thế giới chiến thắng ngay cả khi thua cuộc: máu của các thánh tử đạo, đổ ra trong mọi thời đại và nhiều hơn hết trong thời đại chúng ta, là hạt giống sản sinh hoa trái sum suê nhất cho Giáo hội tương lai.

• Đức Giêsu đã hứa rằng các cửa Hỏa ngục sẽ không thắng nổi Giáo hội của Ngài (Mát-thêu 16:18), và tôi cũng không muốn quyền lực tử thần thắng tôi.●

11

TÔI LÀ NGƯỜI CÔNG GIÁO...
VÌ NHỮNG DANH TỪ

Trong văn chương, thật dễ dàng dùng các động từ và tính từ và động tính từ. Nhưng khi dùng danh từ thì phải luôn đi kèm với sự thật.

Hãy mường tượng kích thước và trọng lượng của những danh từ dùng trong thần học của Giáo hội Công giáo: Cha, Con, Thánh Thần, Thiên Chúa, Con Người, Bất Diệt, Thời Gian, Thiện, Ác, Vua, Nước Trời, Quyền Năng, Vinh Quang, Thiên Đàng, Hỏa Ngục, Luyện Ngục, Thân Xác, Máu, Linh Hồn, Bất Tử, Thiên Thần, Ma Quỷ, Đức Tin, Hy Vọng, Bác Ái, Cứu Độ, Tội Lỗi, Sự Sống, Cái Chết, Thánh, Đấng Cứu Thế, Chúa.

Ai? Ai dám đưa ra những danh từ như vậy?

Ai dám mở miệng nói những chữ lớn lao như thế trong nền văn hóa rỗng tuếch của môn tâm lý đại chúng mong manh với "hữu thể nhẹ tênh đáng ghét." Tâm lý sợ siêu hình?

Chỉ có Giáo hội.

Chúng ta đã biến các danh từ cụ thể thành trừu tượng: thật thành sự thật, và Chúa thành Thần tính, và Con người thành Nhân bản, mẹ thành nuôi nấng, và cha thành bảo vệ, và cha mẹ thành dưỡng dục, và xét đoán thành chủ nghĩa phán xét, và tâm trí thành tâm tính, và Niềm tin thành đức tin, và tốt thành phù hợp, và thực thể thành tiến trình.

Kho tàng của Giáo hội chứa đầy những Thứ lỗi thời.●

12

TÔI LÀ NGƯỜI CÔNG GIÁO...
BỞI VÌ TÔI MUỐN TIN NHỮNG ĐIỀU MÀ CHÚA GIÊSU DẠY, KỂ CẢ CÁC TÔNG ĐỒ VÀ NHỮNG NGƯỜI KẾ VỊ CŨNG NHƯ MỌI GIÁO DÂN THIÊN CHÚA GIÁO TRÊN TRẦN GIAN TIN TRONG MỘT NGHÌN NĂM TRĂM NĂM QUA

Tôi muốn tin những điều tất cả các giáo dân đã tin cho đến khi "những người cải cách" Tin lành bắt đầu chặt bỏ các nhánh của cây Đức tin Công giáo – những lẽ thật mà tất cả các giáo dân đã tin trong hơn năm mươi thế hệ:

1. Quyền năng giảng dạy thiêng liêng, vì thiêng liêng nên Giáo hội không thể sai lầm khi tuân theo Truyền thống tông truyền, kho Ký thác Đức tin được truyền lại từ Đức Kitô (trong đó Kinh thánh là chính nhưng không phải là khía cạnh duy nhất); nghĩa là, khi Giáo hội dạy thần học hoặc đạo đức từ ngai giáo hoàng (*ex cathedra*, từ ghế Phêrô) luôn tuân theo những gì giáo dân đã tin từ thuở ban đầu (không phải *sola scriptura*, chỉ một mình Kinh thánh có thẩm

quyền tối hậu, theo tín lý Tin lành)

2. Không chỉ một mình đức tin (*sola fide*, theo tín lý Tin lành) mà là tin, cậy, và mến (tức là từ thiện, caritas, agape, đối với Công giáo không phải là cảm nghĩ của tình yêu mà là "việc làm của tình yêu" theo tựa đề cuốn sách của Soren Kierkegaard*, triết gia Tin lành vĩ đại nhất trong mọi thời đại); như George MacDonald, một triết gia Tin lành vĩ đại khác, chỉ ra, Ngài được đặt tên là "Giêsu" không chỉ vì Ngài cứu chúng ta khỏi hình phạt do tội lỗi gây ra mà bởi vì Ngài cứu chúng ta ra khỏi tội lỗi (Mát-thêu 1:21)

3. Xác định rằng ân sủng tôn trọng bản tính và làm cho bản tính hoàn thiện chứ không làm tệ đi, đặc biệt là lý trí tự nhiên và ý chí tự do (không phải *sola gratia*, chỉ một mình ân sủng theo tín lý Tin lành)

4. Kêu cầu lên Phêrô và những người kế vị, các giám mục Rôma (sau này gọi là "giáo hoàng") là người có thẩm quyền cuối cùng ("Rôma là phán quyết tối hậu")

5. Trên thực tế, Thiên Chúa giáo về căn bản là một tôn giáo xã hội (đạo cho tất cả mọi người, phổ quát); chúng ta được cứu rỗi khi kết hợp với Nhiệm thể của Đức Kitô, chứ không phải

với tư cách cá nhân quyết định "gia nhập giáo hội" hoặc "đặt mình vào giáo hội"

6.   Quyền kế vị tông đồ (tông truyền) là một bí tích, điều này ban cho các linh mục quyền năng truyền phép Thánh Thể, nghĩa là đại diện Thiên Chúa biến bánh và rượu thành Mình và Máu Đức Kitô

7.   Sự Hiện diện Thực sự – đầy đủ nhất, hiểu đúng nghĩa nhất – của Chúa Kitô trong Bí tích Thánh Thể

8.   Quyền năng và thẩm quyền của các linh mục trong sứ mạng kế vị tông đồ để trở thành công cụ của Thiên Chúa trong việc tha thứ tội lỗi qua bí tích Hòa giải (Giải tội)

9.   Luyện ngục có thật, và nhiệm vụ cầu nguyện cho những kẻ qua đời đang được thanh luyện ở đó

10.   Hoàn toàn đúng đắn khi cầu xin các thánh trên Thiên đàng cầu nguyện cho chúng ta, vì tín lý các Thánh Thông công (Giáo lý Công giáo, Tiết 5, mục 946), mối liên hệ sống động của những giáo dân đang ở ba nơi: Giáo hội chiến đấu trên trần thế, Giáo hội đau khổ (thanh luyện) trong luyện ngục, và Giáo hội khải hoàn (chiến thắng) trên Thiên đàng

11.   Hoàn toàn đúng đắn khi gọi Maria là

"E-và thứ hai", "Mẹ Thiên Chúa" và "Mẹ Vô nhiễm Thai", được Chúa đưa hồn xác lên Trời như Kha-nốc và Ê-li-a

12.   Thực tế là tất cả bảy bí tích đều thông ban ân sủng thiêng liêng cho các tín hữu một cách khách quan và hữu thể, *ex opera operato* (bởi việc đã làm; không phải là kết quả của việc làm từ phía tín hữu nhưng bởi quyền năng và lời hứa của Thiên Chúa), chứ không chỉ là sự trợ giúp đức tin cho các tín hữu mà thôi

13.   Ơn thiêng liêng "bất khả ngộ" (vô ngộ, không thể sai lầm) và thẩm quyền của Giáo hội trong việc xác định sách nào là Kinh thánh (qua sự mạc khải của Thánh Linh) và sách nào không phải là Kinh thánh

Tôi cần phải tin tất cả những điều này, không phải vì tôi tự tìm tòi và biết, mà bởi vì Giáo hội luôn dạy như thế, và tất cả các giáo dân tin, hoặc ít nhất là không một ai lên tiếng phủ nhận những giáo huấn trong suốt một nghìn năm trăm năm, ngoại trừ một số người theo dị giáo.

Sau đó, một cuộc "cải cách" nhanh chóng trở thành một cuộc cách mạng.●

Chú thích

* *Works of Love của Soren Kierkegaard – October 27, 1964.*

13

TÔI LÀ NGƯỜI CÔNG GIÁO...
VÌ TÔI MUỐN TIN KINH THÁNH VỚI LÝ DO VỮNG MẠNH NHẤT

Thánh Augustinô nói: "Tôi không tin Kinh thánh nếu thẩm quyền của Giáo hội không thúc đẩy tôi tin như thế." (trả lời lá thư của Mani mang tên "Nền Tảng")

Giáo hội đã viết Kinh thánh và xác định (liệt kê vào quy điển) Kinh thánh. Nghĩa là, Giáo hội là nguyên nhân chính thức và hữu hiệu của Kinh thánh. Thế thì, làm thế nào mà một nguyên nhân (Giáo hội) sai lầm lại dẫn đến một kết quả (Kinh thánh) không thể sai lầm?

Lịch sử chứng minh rằng tất cả những ai phủ nhận thẩm quyền không thể sai lầm của Giáo hội cuối cùng cũng phủ nhận thẩm quyền không thể sai lầm của Kinh thánh. Khoảng một nửa số người Tin lành đã đi theo con đường đó và trở thành những kẻ theo chủ nghĩa hiện đại. Nửa còn lại cuối cùng cũng đi theo con đường đó. Kinh thánh và Giáo hội là một "kết hợp tuyệt vời", bởi vì cả hai là phạm trù nhân quả, như cha với con hoặc con gà và quả trứng.

Kinh thánh cho chúng ta biết rằng Đức Kitô thành lập Giáo hội và trao cho Giáo hội thẩm quyền giảng dạy của Ngài. [*"Ai nghe anh em là nghe Thầy"* (Lu-ca 10:16)].

Chính Kinh thánh cho chúng ta biết rằng Đức Kitô đã ban cho Giáo hội (các tông đồ của Ngài) quyền năng để tha tội.

Không phải Kinh thánh tự gọi mình là *"cột trụ và điểm tựa của chân lý."* (1 Ti-mô-thê 3:15) mà là Giáo hội.

Không phải Kinh thánh mà là Giáo hội xác định các mầu nhiệm lớn lao nhất, Chúa Ba Ngôi, điều mà tất cả những người theo đạo Tin lành chính thống đều chấp nhận là mạc khải của thần linh. Giáo hội minh định mầu nhiệm Chúa Ba Ngôi qua 5 điều căn bản hơn cả Kinh thánh: (1) Thiên Chúa là một; (2) Đức Chúa Cha là Thiên Chúa; (3) Đức Chúa Con là Thiên Chúa; (4) Đức Chúa Thánh Thần là Thiên Chúa; và (5) Chúa Cha, Chúa Con và Chúa Thánh Thần là những Ngôi vị riêng biệt.

Cùng một cách, Giáo hội xác tín về Luyện ngục qua 3 điều căn bản hơn cả Kinh thánh: (1) tất cả chúng ta đều là tội nhân; (2) không ai có tội được vào Thiên đàng; và (3) có một khoảng cách rất lớn giữa tội lỗi và sự thánh thiện. Tôi biết mọi tín hữu Tin lành tin vào Kinh thánh, họ đọc cuốn Giáo lý của Giáo hội Công giáo và rất ngạc nhiên về sự tương đồng giữa Giáo lý và Kinh thánh.

Lịch sử cho thấy rằng chúng ta cần Giáo hội giải thích Kinh thánh một cách đúng đắn, vì mọi dị giáo trong lịch sử đều lợi dụng Kinh thánh để biện minh cho việc bác bỏ Giáo hội. *Sola scriptura* (chỉ một mình Kinh thánh) đã tạo ra hai mươi nghìn dị giáo, biến thể thành hai mươi nghìn giáo hội: hỗn loạn thần học.

Tôi là người Công giáo vì tôi tin Kinh thánh, và Kinh thánh cho chúng ta biết rằng hỗn loạn không phải là ý muốn của Thiên Chúa.●

14

TÔI LÀ NGƯỜI CÔNG GIÁO...
VÌ NHỮNG GÌ GIÁO HỘI KHÔNG DẠY CŨNG NHƯ NHỮNG GÌ GIÁO HỘI DẠY

Hai điều Giáo hội không dạy là: (1) thể chế chính trị nào tốt nhất và (2) ân sủng thiêng liêng và ý chí tự do của con người gắn bó với nhau như thế nào. Giáo hội không biết, và không hề tuyên bố biết hai điều đó một cách rõ ràng và chắc chắn. Vì thế, chúng ta cũng không cần biết.

Không giống như đạo Hồi, Giáo hội không ủng hộ một hình thức chính quyền (Sharia) nào đó và lên án các hình thức chính quyền khác. Vì vậy, Giáo hội không hề khuất phục để phục vụ cho một đảng phái hoặc một hệ thống chính trị – bất kỳ đảng phái nào, bất kỳ hệ thống chính trị nào.

Ngày nay, người ta xúi dục chính trị hóa tôn giáo nhằm mục đích tạo ra một tôn giáo cho chính trị. Giống như tương đối hóa một cái gì đó tuyệt đối và ngược lại, tuyệt đối hóa một cái gì đó tương đối. Và điều này chưa bao giờ thành công, từ thời trung cổ cho đến thời đại ngày nay. Khi tôn giáo dây dưa với chính trị, cũng giống như mang nợ một con điếm.

Nhưng học thuyết đạo đức xã hội Công giáo mang một số nguyên tắc mạnh mẽ về chính trị, chẳng hạn như:

1.   Nguyên tắc của chủ nghĩa cá nhân (hệ thống và mọi vật thể nên phục vụ con người, không phải ngược lại)

2.   Nguyên tắc của quyền tư hữu

3.   Nguyên tắc về ưu tiên công ích hơn tư ích

4.   Nguyên tắc về phân quyền/nhiệm (về quyền lực nên tản quyền, không tập quyền, vì cho dù tản quyền hay tập quyền, quyền lực thường sinh thối nát* (Lord Acton); hơn nữa, vì các đơn vị xã hội nhỏ hơn, chẳng hạn như gia đình và khu phố, dễ sinh các vấn nạn hơn ngoài xã hội)

Nhưng những nguyên tắc này có thể áp dụng bằng nhiều cách tùy theo mỗi tình huống khác nhau, mỗi năng lực và mỗi nhu cầu khác nhau của con người. Chúng ta tìm ra ứng dụng nào tốt nhất bằng cách thử nghiệm, hoặc theo kinh nghiệm, không phải bằng sự mạc khải của thần linh.

Không giống như Luther và Calvin – những

người phủ nhận ý chí tự do bởi vì họ nhấn mạnh vào tín lý "chỉ mỗi ân sủng" và "quyền bính của Thiên Chúa" – Giáo hội không phủ nhận ý chí tự do của con người. Và không giống như thuyết Pelagiô và thuyết nhân bản, Giáo hội không phủ nhận quyền ưu tiên của ân sủng và sự cậy nhờ của con người hoàn toàn vào ân sủng.

Cuốn sách tuyệt vời của thánh Augustine "Về Ân sủng và Ý chí Tự do" lập luận rằng hai điều Ân sủng và Ý chí Tự do, xét về tính hợp lý, không hề mâu thuẫn: (1) quyền tự do thực sự của con người trong việc lựa chọn điều thiện hay điều ác, chống hoặc không chống Thiên Chúa, và (2) ân sủng tối thượng, không thể sai lầm của Thiên Chúa (bao gồm cả thiện chí hoàn toàn vị tha, và sức mạnh toàn năng, và khôn ngoan toàn trí của Ngài).

Tuy soi rọi ánh sáng vào vấn đề và phản biện cho cáo buộc rằng hai ý tưởng (Ân sủng và Ý chí Tự do) mâu thuẫn nhau, nhưng họ (những người đề ra các chủ thuyết) không loại bỏ vùng bóng tối bao quanh ánh sáng. Thiên Chúa, Đấng là ánh sáng, ngự trong vùng bóng tối đó, mà thực ra, bóng tối chỉ dành cho tội lỗi, cho chúng ta, chứ không phải Ngài.

Có những nguyên tắc Công giáo về sự

quan phòng, sự dữ, ý chí tự do, công lý và lòng thương xót, nhưng (như Gióp đã tìm ra) chúng ta không thể hiểu thấu đáo để có một cái nhìn rõ ràng về kế hoạch bí ẩn thánh thiêng, mà qua đó những điều xấu (tệ hại dưới mắt của loài người) được sử dụng cho sự tốt lành (xem Rô-ma 8:28) như vàng con người được tôi luyện bằng ngọn lửa đau khổ, vì chúng ta chỉ thấy một phần nhỏ trong kế hoạch tuyệt hảo, chứ không thấy chiến thắng cuối cùng của Thiên Chúa. Câu trả lời của Thiên Chúa đối với Gióp cũng giống như câu Ngài nói với thánh Catherina: "Ta là Thiên Chúa; chứ không phải con". Hai nguyên tắc quan trọng nhất mà Ngài muốn ban cho chúng ta khi đối diện với bí nhiệm lớn lao này là lòng khiêm nhường nơi chúng ta và đặt để lòng trông cậy nơi Ngài, Đấng khôn ngoan, yêu thương và toàn năng.

Tôi càng suy nghĩ về hai vấn đề này, tôi càng khâm phục trí tuệ Công giáo cả hai về những gì biết và những gì không biết.●

Chú thích

** Câu nói nổi tiếng của Nam tước John Dalberg-Acton viết trong thư gửi Giám mục Mandell Creighton, 5/4/1887, "Quyền lực có xu hướng thối nát, và quyền lực tuyệt đối thì thối nát hoàn toàn."*

15

TÔI LÀ NGƯỜI CÔNG GIÁO...
VÌ MỘT ĐIỀU TÔI BIẾT CHẮC CHẮN ĐẾN NỖI TÔI CHẲNG CẦN ĐỨC TIN ĐỂ HIỂU

Tôi biết rằng mai này tôi sẽ chết. Giáo hội dạy tôi phải chết thế nào.

Lý luận cho tôi biết sau khi chết, tôi hoặc (1A) sẽ không gặp Chúa, bởi vì Ngài không có thật, hoặc (1B) gặp Ngài, bởi vì Ngài có thật. Và nếu Ngài thực sự hiện hữu, và tôi gặp Ngài, tôi sẽ (2A) gặp Ngài nhưng không có Đức Kitô, hoặc (2B) gặp Ngài với Đức Kitô. Và nếu tôi gặp Chúa với Đức Kitô, tôi sẽ hành xử, hoặc (3A) với tư cách là người không Công giáo, không biết Giáo hội và cũng chẳng biết các bí tích, hoặc (3B) với tư cách là người Công giáo, là giáo dân trong Giáo hội và hằng nhận các bí tích.

Ngay cả khi tôi không thể chứng minh ba lựa chọn B (tôi nghĩ tôi chứng minh được, nhưng có thể sai), triết gia Pascal biện luận (gọi là cá cược của Pascal, Pascal's Wager*) rằng B là một lựa chọn khôn ngoan hơn A rất nhiều. Ông biện luận như sau.

1. Đức tin của tôi nói với tôi rằng Chúa

hiện hữu, và lý trí của tôi ủng hộ mạnh mẽ niềm tin đó, nhưng lý trí cũng biết điều dại dột nhất là chủ nghĩa vô thần. Không chuẩn bị gì cho ngày phán xét để hưởng một cuộc sống vĩnh cửu và hạnh phúc, hoặc có chuẩn bị nhưng lại chạy theo chủ nghĩa vô thần, thì đó là điều ngu ngốc nhất. Nó giống như chơi trò quay ổ súng may rủi (roulette) của Nga. Nó giống như từ chối một món quà.

Tôi xin nói một cách rất đơn giản: Niềm tin là món quà của một hợp đồng bảo hiểm hỏa hoạn (lửa Hỏa ngục đời đời) miễn phí. Nhưng hợp đồng này có thể giả hoặc thật. (1) Nếu đó là thật, tôi được tất cả và chẳng mất gì (vì miễn phí). (2) Nếu đó là giả, tôi không được gì, và tôi cũng chẳng mất gì (cũng vì miễn phí). Tuy cả hai chẳng cần đầu tư vốn (miễn phí) nhưng mệnh đề (1), được tất cả và mệnh đề (2), không được gì. Như thế nên chọn mệnh đề (1); nghĩa là nên chấp nhận Thiên Chúa có thật, vì ít nhất tôi "được tất cả", còn hơn "không được gì".

2.   Câu hỏi tiếp theo là: Tôi gặp Chúa mà không có Đức Kitô hay với Đức Kitô, trong Đức Kitô? Nếu Thiên Chúa hoàn hảo, công bình, công chính và thánh khiết, làm sao tôi dám nhìn ánh mắt của Ngài mà không nhờ Đức Kitô làm trung gian vì Người là vị cứu độ đời tôi?

Đúng vậy, Thiên Chúa nhân từ, yêu thương, nhưng tôi thường từ chối tình yêu, từ khước lòng thương xót, và từ bỏ ân sủng của Ngài. Thế thì tôi làm sao dám gặp Thiên Chúa mà không có Đấng Cứu Độ và Đấng Trung Gian giúp tôi. Giống như cả người rơi vào lò lửa mà không mặc quần áo chống lửa. Nếu câu đó làm quý vị ngạc nhiên, thì tôi nghĩ quý vị học thần học từ môn tâm lý đại chúng hơn là từ Kinh thánh và các vị thánh. Như Giáo sĩ Do-thái Abraham Joshua Heschel từng nói, *"Thiên Chúa không 'dễ chịu' đâu. Thiên Chúa không phải là người thân. Thiên Chúa như trận động đất"* (xem Do-thái 12:26-29).

3.   Câu hỏi tiếp theo là: Nếu tôi gặp Chúa với tư cách là một giáo dân Thiên Chúa giáo, có nên gặp Chúa với tư cách là một giáo dân Công giáo, như thành viên trong Giáo hội, tức là thân xác của Ngài, tôi được ăn Mình Ngài và uống Máu Ngài qua Bí tích Thánh Thể, hay nên gặp Chúa với tư cách là một người theo đạo Tin lành thuần túy thánh thiêng? Khi nhìn vào tinh thần tôi, linh hồn tôi, và khi tôi nhìn vào mối liên hệ thiêng liêng của tôi với Đức Kitô, tôi kinh hãi về những yếu đuối và thấp hèn của tôi: kiêu căng, tuyệt vọng, tham lam dục vọng, hèn nhát, thèm khát, ích kỷ. Những

tính xấu xa này vẫn đứng giữa mối liên hệ của tôi với Ngài; và chúng không giống như một gánh nặng tôi vác trên vai để có thể dễ dàng ném sang bên; nhưng chúng ở trong tôi; chúng là khuôn mặt của tôi, là diện mạo của tâm hồn tôi. Chỉ khi gặp Ngài như một phần thân xác của chính Ngài (cây nho và cành nho), tôi mới an tâm. Tôi không thể rơi qua kẽ tay của Ngài nếu tôi là một trong các ngón tay của Ngài. (Đây là hình ảnh Công giáo ví von của Corrie ten Boom, người Tin lành Hoà Lan.)

Do đó, tôi chấp nhận chọn món quà quý giá là được hòa nhập vào thân xác của Ngài, Mình của Ngài, hữu hình cũng như huyền nhiệm, bí tích cũng như thiêng liêng, bằng những cách Ngài đã chỉ bảo cho chúng ta, cụ thể chứ không trừu tượng, qua các Bí tích: Rửa tội, Thêm sức, Xưng tội, Thánh thể, Của ăn đàng.

Tôi tin rằng niềm tin này không làm hao mòn đức tin nhưng hoàn toàn hợp lý. Không phải chỉ có đức tin, cũng không phải chỉ có lý trí, nhưng đức tin và lý trí kết hợp với nhau. Niềm tin và lý trí đứng về một bên, là đồng minh, không hề đối chọi, không bao giờ là kẻ thù.●

Chú thích

* *https://plato.stanford.edu/entries/pascal-wager/*

16

TÔI LÀ NGƯỜI CÔNG GIÁO...
BỞI VÌ LÒNG BIẾT ƠN LÀ ĐIỀU KIỆN TIÊN QUYẾT CẦN THIẾT CHO TẤT CẢ CÁC TÔN GIÁO

Cha Norris Clarke, dòng Tên, giáo sư triết học của tôi tại Fordham, một lần đến Tây Tạng, một mình, và có dịp trò chuyện với các nhà sư Phật giáo. Sau một ngày trò chuyện vui vẻ với sư trụ trì về triết lý Phật giáo, sư trụ trì nói: "Rõ ràng là hai tôn giáo của chúng ta rất khác nhau. Nhưng tôi nghĩ cả hai cũng rất giống nhau về gốc rễ trong sâu thẳm trái tim con người. Tôi muốn thử ý tưởng này, xin cha cho phép. Đây là bốn thầy của tôi nói tiếng Anh giỏi. Tôi sẽ hỏi cha và họ cùng một câu hỏi và so sánh câu trả lời. Cha cần biết là tôi chưa bao giờ hỏi họ câu hỏi này trước đây. Câu hỏi là: *Yêu cầu đầu tiên là gì đối với bất cứ tôn giáo nào?*" Cha Clarke nghĩ rằng đây là một thí nghiệm tuyệt vời, và ngài đồng ý. Ngài và bốn nhà sư viết câu trả lời của họ vào năm mảnh giấy. Khi các tờ giấy được mở ra đọc, chỉ có một chữ duy nhất, giống nhau, trên cả năm tờ giấy. Chữ đó là lòng biết ơn.

"Hay quá," cha Clarke nói. "Nhưng lòng biết

ơn đối với các Phật tử là gì?"

Sư trụ trì trả lời: "Biết ơn tất cả. Vì sự sống, cái chết, thú vui, đau khổ, tâm trí, thể xác – cho tất cả."

Cha Clarke gật đầu đồng ý: "Đây cũng là điều tôi muốn nói. Nhưng tôi có một câu hỏi: Nếu không tin một vị thần linh đã tạo ra muôn vật, thì quý sư biết ơn ai đây?" Trụ trì nhún vai nói, "Chúng tôi không biết." Cha Clarke mỉm cười nói, "Nhưng chúng tôi biết."

Tôi là người Công giáo vì thật vô ơn biết bao nếu tôi từ chối món quà lạ thường mà Chúa Kitô đã để lại cho chúng ta: chính thân xác của Ngài, qua đó Ngài cứu chuộc thế gian – trên Thập giá, trong Giáo hội và trong Bí tích Thánh Thể.

Thật vô ơn biết bao nếu tôi phàn nàn, rút lui, và hoài nghi về bản chất, thực chất, của món quà này chỉ vì vỏ bọc bên ngoài xem ra cũ kỹ và quá nhiều tỳ vết. Giáo hội trông giống như một sở thú to lớn vĩ đại, với từng đống phân thú vật, nhưng trên thực tế, Giáo hội chính là con tàu cứu độ. Bí tích Thánh Thể trông giống như bánh và rượu bình thường, nhưng thực chất là Mình và Máu Chúa Kitô. Chúa Giêsu trông giống như bất kỳ con người đơn thuần nào khác, đặc biệt khi Ngài chết trên Thập giá – nhưng thật ra Ngài là Chúa Con nhập thể.

Thật vô ơn biết bao nếu từ chối Món Quà chỉ vì vỏ bọc tồi tàn của nó, những bình sành dễ vỡ, (xem 2 Cô-rin-tô 4:7). Nếu tôi nhận món quà và xé vỏ bọc bỏ sang bên, tôi tìm thấy gì bên trong? Không gì quý giá hơn món quà vĩ đại nhất từng được ban tặng: Chính Thiên Chúa toàn năng, chính sự sống của Ngài, mà Ngài muốn chia sẻ với chúng ta và Ngài ban tặng cho chúng ta bằng giá máu quý giá vô vàn của chính Ngài. Nhìn món quà đó, làm sao tôi có thể vô ơn nói: "Chán lắm! Tôi muốn tiền tài danh vọng kia"?

Máu rất dễ nhìn thấy, rất thể lý, theo nghĩa đen. Máu không phải là một biểu tượng phức tạp về tâm linh.

Cái chết là một "vấn nạn" rất cụ thể, theo nghĩa đen. Phục Sinh là một "giải pháp" rất thể lý, cũng theo nghĩa đen. Món quà rất cụ thể. Chúng ta được cứu nhờ Đức Kitô hiện thân, chứ không phải Đức Kitô bị phân thân. Ngài đã sống lại trong một thân xác thể chất. Thân xác đó bây giờ ở đâu? Chỉ trên Thiên đàng thôi sao?

Không, thân xác của Đức Kitô vẫn ở đây, ngay trên trần gian này. Mình và Máu Ngài vẫn là món quà cho chúng ta, mỗi ngày. Vẫn hiến tặng một cách nhưng không cho con người.

Hãy nhận. Và tỏ lòng biết ơn.●

17

TÔI LÀ NGƯỜI CÔNG GIÁO...
VÌ MẸ TÔI

Mẹ ruột của tôi tuy không hoàn hảo nhưng 100% là mẹ của tôi, luôn ở bên tôi, dù lo nghĩ hay quở phạt, nhưng luôn bao bọc tôi bằng tình yêu thương và lòng bác ái: bà luôn là mẹ tôi mọi ngày trong đời.

Điều này cũng đúng với mẹ tôi trên Thiên đàng, Maria. Mẹ Maria yêu tôi và chăm sóc tôi như bất kỳ người mẹ tốt nào đối với con mình trên cõi đời này. Bà là mẹ tôi 100%, vì sự lựa chọn tự do và lòng bác ái của bà và bởi sự ủy thác của Chúa Giêsu lúc hấp hối trên Thập giá: *"Đây là mẹ của anh"* (Gio-an 19:27). Mẹ Maria có đàn con rất đông.

Điều này cũng đúng với Giáo hội Mẹ. (Maria được đặt theo tên của Giáo hội, hay Giáo hội được đặt theo tên của Maria? Cả hai.)

Giống như Chúa Giêsu Kitô, chúng ta có Cha trên trời và mẹ ở trần gian. Giống như Đức Kitô, chúng ta có hai bản tính, nhân tính và thần tính, nếu chúng ta *"được tái sinh"* (Gio-an 1:13; 3:6). Những gì thiên sứ nói với Maria, là nói với tất cả các giáo dân: *"Thánh Thần sẽ ngự xuống trên bà, và quyền năng Đấng Tối Cao sẽ rợp bóng trên bà, vì thế, người con sinh ra sẽ là thánh, và được gọi là Con Thiên Chúa"*, (Lu-ca 1:35). Con Người bất diệt bước vào thế gian không chỉ một lần, trong lòng Mẹ Maria, hai ngàn năm trước, nhưng bất cứ khi nào có dấu ấn của đức tin và Phép Rửa. Đó là lý do tại sao Giáo hội xem Mẹ Maria là biểu tượng của Giáo hội Mẹ.

Đức Mẹ là vị thánh hoàn hảo. Không ai giản dị hơn và chẳng ai khiêm nhu hơn. Toàn bộ con người của Mẹ, toàn bộ hy vọng của Mẹ, toàn bộ trái tim của Mẹ, toàn bộ ý chí của Mẹ chỉ tượng trưng bằng một chữ duy nhất: fiat, *"xin Chúa cứ làm cho tôi như lời sứ thần nói."* (Lu-ca 1:38). Toàn bộ thông điệp của Mẹ gửi cho chúng ta chứa đựng trong lời Mẹ nói với gia nhân tại tiệc cưới Cana khi họ hết rượu: *"Người bảo gì, các anh cứ việc làm theo."* (Gio-an 2:5). Đó là bản chất đơn giản của sự thánh thiện.

Có một nguyên lý siêu hình, vũ trụ học và tâm lý học đằng sau sự đạo đức thiết thực này. Chính là nguyên lý cho thấy sức mạnh đến từ khiêm nhu. Đó là lý do tại sao Mẹ Maria có nhiều quyền lực trên Ma Quỷ hơn bất kỳ loài thụ tạo nào, và cũng là lý do tại sao Satan lại sợ Mẹ Maria đến vậy.

Nhưng lòng khiêm nhu đó không chỉ là

khiêm cung và tùng phục bình thường, mà là khiêm cung và tùng phục Thiên Chúa, với thực tại tối hậu, với bản tính của sự vật, điều cần thiết phản ảnh bản tính của Thiên Chúa.

Lão Tử, tác giả của Đạo Đức Kinh, hiểu thần tính hơn bất kỳ người ngoại đạo nào, mặc dù ông không hề biết rằng thần tính đó được sống trong một Thần linh, hoặc cụ thể hơn, được sống trong ba Ngôi vị Thiên Chúa. Đạo Đức Kinh của Lão Tử, Bài Giảng Trên Núi của Chúa Giêsu (xem Mát-thêu 5:3-12), và Kinh Magnificat của Mẹ Maria (xem Lu-ca 1:46-55) đều nói giống nhau: rằng "Đạo", "Đường" là bản tính của mọi sự vật vận hành, con Đường của thực tại tối hậu sinh động, và do đó đường đi – là "con Đường" (xem Gio-an 14:6) – mà Đức Kitô rao giảng, không phải bằng quyền lực mà là bằng sự khiêm nhu, không chỉ bằng cách làm cho nó tồn tại mà còn bằng cách để nó tồn tại, bởi sự tùng phục của Ngài và của chúng ta đối với ý muốn của Chúa Cha, hoặc đối với bản tính của Chúa Cha, hay đúng hơn, đối với bản tính của mọi vật.

Kinh thánh Trung hoa dịch Gio-an 1:1 là: *"Lúc khởi đầu đã có con Đường (Đạo), và con Đường vẫn hướng về Thiên Chúa, và con Đường là Thiên Chúa."* Họ dịch "Ngôi Lời" thành "con

Đường". Mặc dù Lão Tử không biết rằng con Đường này, Biểu tượng này, là một Người thánh, nhưng ông biết rất nhiều về thần tính. Tất cả đều liên quan đến Đức Maria.

Không có lý do gì để những người Tin lành phải nghi ngờ điều này. Tất cả đều nằm trong Kinh thánh.●

18

TÔI LÀ NGƯỜI CÔNG GIÁO...
VÌ CÁC THIÊN THẦN, VÀ
SỰ TRUNG GIAN VÔ HÌNH
VÀ ẨN DANH

Thiên Chúa ban một số thiên thần (các thiên thần bản mệnh) cho chúng ta "để soi sáng và bảo vệ, để chỉ bảo và dẫn đường." Các thiên thần luôn làm trung gian cho hầu hết các việc làm vĩ đại của Thiên Chúa trong Kinh thánh và chắc chắn thiên thần giữ vai trò thiết yếu trong việc hoán cải. Khi tôi lên Thiên đàng và gặp thiên thần hộ mệnh của tôi, có thể tôi sẽ được thấy rõ ràng hơn vai trò tích cực của ngài khi giúp tôi trở lại đạo Công giáo từ Tin lành, cũng như giúp nhiều điều tốt đẹp khác xảy ra trong cuộc đời tôi, và tôi sẽ nói với thiên thần bản mệnh, "Ồ, hóa ra là ngài theo con cả cuộc đời! Cảm ơn ngài!"

Nhưng khi tôi nói tôi là người Công giáo nhờ các thiên thần, tôi có thêm ý khác: với quan điểm về các thiên thần, người Công giáo hơn hẳn người Tin lành ở điểm thiên thần bản mệnh. Người Công giáo luôn có thiên thần bên cạnh. Tôi không hiểu tại sao những người Tin lành lại không nghĩ thế, và thực sự họ chẳng bao giờ nghĩ đến.

Thiên thần Công giáo thật oai hùng. Họ khác xa các thiên thần in trên thiệp chúc mừng vào dịp Giáng sinh, một kiểu như các thánh Công giáo đến từ Ned Flanders trong bộ phim truyền hình The Simpsons. Người họ trơn tru! Thiên thần không phải là nhân vật ảo quay cuồng trong trí tưởng tượng của con người mà là một hình tượng dữ dội, tuyệt vời, và mãi mãi không thể diễn tả trọn vẹn thiên thần qua các bộ môn nghệ thuật của con người. Chưa bao giờ có một cuốn phim hay diễn tả Thiên đàng; vì vậy, cũng chưa bao giờ có một cuốn phim hay về thiên thần.

Một số tác phẩm nghệ thuật trông gần giống với thực tế hơn so với các tác phẩm khác, nhưng chỉ có các thiên thần Công giáo mới gần với thực tế nhất.●

19

TÔI LÀ NGƯỜI CÔNG GIÁO...
VÌ KINH THÁNH CHO TÔI BIẾT

Tất cả giáo dân Thiên Chúa giáo đều tin vào Kinh thánh, kể cả (đặc biệt) Tân Ước. Và chính Kinh thánh đã đưa tôi đến Giáo hội.

Điều này xảy ra qua 2 cách. Trước hết, Kinh thánh cho tôi biết Đức Kitô thiết lập Giáo hội, và trao cho Giáo hội quyền giáo huấn nhờ danh Ngài.

Vì thế, Kinh thánh dẫn tôi tiến thẳng đến Giáo hội, từ Đức Kitô đến Giáo hội, là tác phẩm của Ngài. Kinh thánh cũng dẫn tôi quay ngược về Giáo hội, vì Giáo hội là căn nguyên của Kinh thánh.

Sự thật lịch sử chứng tỏ rằng chính Giáo hội (các tông đồ) đã viết ra Tân Ước. Chính Giáo hội cũng đã xác định nội dung Kinh thánh, tín lý – cho chúng ta biết những cuốn sách nào phù hợp hay cuốn nào không phù hợp với giáo luật thiêng liêng, những sách được Thánh Linh soi dẫn, và mang tính chất bất khả ngộ, và có thẩm quyền. Làm thế nào mà hầu hết giáo dân Thiên Chúa giáo đều biết rằng Phúc âm của Tôma và Phúc âm của Giuđa (Iscariốt) không phải là Kinh thánh, vì thiếu sự mạc khải bất khả ngộ của Thánh Linh, còn như Giacôbê và Giuđa (Tađêo, còn gọi là Jude) và Khải Huyền thì lại đúng là Kinh thánh? Có một và chỉ một câu trả lời rõ ràng cho câu hỏi đó: do thẩm quyền của Giáo hội.

Nói cách khác, Giáo hội vừa là nguyên nhân hữu hiệu (tác giả) vừa là nguyên nhân chính thức (kẻ xác định) của Tân Ước. Đó là dữ kiện lịch sử. Đó là tiền đề 1.

Nhưng không có hậu quả nào lớn hơn nguyên nhân (về mặt lý luận là điều hiển nhiên và không thể chối cãi), và điều bất khả ngộ (không thể sai lầm) phải lớn hơn điều khả ngộ (có thể sai lầm); do đó, điều bất khả ngộ không thể là kết quả của điều khả ngộ, nhưng phải là nguyên nhân. Đó là điều hiển nhiên về mặt lý luận. Tạm đặt đó là tiền đề 2.

Giáo hội có thể sai lầm hoặc không thể sai lầm. Đó cũng là điều hiển nhiên về mặt lý luận. Tạm xem đó là tiền đề 3.

Vì vậy, nếu Tân Ước không thể sai lầm, thì Giáo hội phải không thể sai lầm; và ngược lại, nếu Giáo hội không thể sai lầm, thì Tân Ước cũng không thể sai lầm. Về mặt lý luận, đó là hai khả năng duy nhất, trừ phi chúng ta phủ nhận dữ kiện lịch sử (tiền đề 1) hoặc một trong những giả định (2 hoặc 3).

Nào, lược qua biện luận một lần nữa. Như những người Tin Lành nói, nếu Giáo hội sai lầm, thì Giáo hội không thể tạo ra một kết quả không thể sai lầm (bất khả ngộ) là Kinh thánh. Và do đó, nếu Giáo hội sai lầm, thì Tân ước cũng sai lầm, vì nguyên nhân sai lầm phải dẫn đến một kết quả sai lầm. Mặt khác, nếu Tân Ước không thể sai lầm – như cả Tin lành và Công giáo đều xác nhận – thì Giáo hội, là nguyên nhân của Tân Ước, cũng phải không thể sai lầm. Chỉ khi Giáo hội sai lầm, sẽ tạo ra một kết quả sai lầm.

Vì vậy, chuyện xảy ra đúng như ước đoán: hầu hết các giáo phái Tin lành "dòng chính" cuối cùng đã phủ nhận tính bất khả ngộ đối với Tân Ước và chấp nhận thần học tự do hoặc hiện đại, vì như thế họ mới có thể phủ nhận tính bất khả ngộ của Giáo hội Công giáo.

Vì vậy, nếu tôi muốn trở thành một giáo dân Thiên Chúa giáo chính thống và tin rằng Kinh thánh là bất khả ngộ, tôi phải là một người Công giáo và tin rằng Giáo hội cũng có món quà thiêng liêng bất khả ngộ đó. Giáo hội và Kinh thánh đi đôi với nhau, giống như thể xác và linh hồn.

Có lẽ tôi làm mất lòng những người theo chủ nghĩa hiện đại hoặc những giáo dân cấp tiến về lập luận của tôi ở trên về Kinh thánh. Có thể tôi tiếp tục gây khó chịu cho các giáo dân theo chủ nghĩa Căn bản qua những gì tôi sẽ nói dưới đây về Kinh thánh. Không sao. Chúa Giêsu cũng gây khó chịu cho nhiều nhóm cực đoan đối lập, các bè phái đối nghịch – nhóm Pharisêu và Sađốc.

Chủ nghĩa Căn bản phủ nhận bản tính con người trong Kinh thánh (chỉ nhìn nhận thần tính), trong khi Chủ nghĩa Hiện đại lại phủ nhận bản tính thần thánh (chỉ nhìn nhận nhân tính); cũng như Doceism phủ nhận bản tính con người (nhân tính) của Đức Kitô và Arianism phủ nhận bản tính thần thánh (thần tính) của Ngài. Điểm song song của các chủ nghĩa trên không hẳn là một sự trùng hợp ngẫu nhiên, vì cả Kinh thánh và Đức Kitô đều được gọi là "Ngôi Lời".

Đây là điều tôi công kích những người theo chủ nghĩa Căn bản. Kinh thánh không thể sai lầm trong các giáo huấn (và trong đó bao gồm đạo đức, là một phần thiết yếu đối với người Do-thái và Thiên Chúa giáo), nhưng có thể sai trong văn phạm, hoặc khoa học hoặc toán học. Thiên Chúa không ban Kinh thánh để dạy cho chúng ta văn phạm, khoa học hay toán học. Sự bất khả ngộ của Kinh thánh không dính dáng gì đến các lãnh vực này. Đúng là có một số mâu thuẫn và sai sót về văn phạm, khoa học và toán học trong Kinh thánh.

Vấn đề then chốt là Kinh thánh và Giáo hội bước song song. Giáo hội có thể sai lầm trong mọi lãnh vực ngoại trừ tín lý thuộc thẩm quyền của Giáo hội. Trong quá khứ, Giáo hội đã dạy một vài điều khá dại dột, chẳng hạn như thuyết địa tâm*, và làm một số điều khá tồi tệ, chẳng hạn như Tòa án Dị giáo, nhưng rõ ràng không liên quan gì đến ơn bất khả ngộ, cũng không liên quan gì đến thẩm quyền, chẳng liên quan gì đến Huấn quyền, hay quyền dạy dỗ tín lý. Các giáo hoàng cũng mắc sai lầm, nhưng không dùng uy quyền Tông Tòa.

Vì vậy, một lần nữa Kinh thánh và Giáo hội vẫn song hành. Cả hai đồng hội đồng thuyền, đồng khí tương cầu. Cả hai giúp giáo dân sống đạo. Nếu giáo dân muốn Kinh thánh, chắc chắn phải cần Giáo hội, hay ngược lại. Đó không phải là *sola scriptura* (chỉ một mình Kinh thánh).

Ngay cả khi tôi tìm ra tính hợp lý của lập luận này, tôi vẫn khó lòng vượt qua một trong hai niềm tin Tin lành in sâu trong tim tôi từ lâu (1)

Giáo hội sai lầm và (2) nhưng Kinh thánh thì không sai lầm. Nhưng tôi biết, qua lý luận, tôi chắc chắn phải từ bỏ một điều. Vì vậy, tôi phải bỏ điều nào đây: bỏ điều Giáo hội sai lầm hay bỏ điều Kinh thánh không sai lầm?

Đức tin căn bản của tôi chống lại Giáo hội Công giáo hay ủng hộ Kinh thánh? Một khi hỏi như thế, câu trả lời đã rõ ràng. Khi đức tin và lý trí của tôi se duyên cầm sắt, chúng dẫn đến kết quả là đạo Công giáo.●

Chú thích

* *thuyết địa tâm lấy trái đất làm trung tâm, ngược với thuyết Galilêi lấy mặt trời làm trung tâm.*

20

TÔI LÀ NGƯỜI CÔNG GIÁO...
VÌ BẠN HỮU VÀ
GIA ĐÌNH CỦA TÔI –
GIA ĐÌNH TÂM LINH CỦA TÔI

Bạn bè và gia đình tôi đóng một vai trò lớn – hầu hết là vô hình và vô thức, nhưng một phần có ý thức – trong hành trình trở về Rôma của tôi.

Khi tôi quyết định từ bỏ con thuyền nhỏ đỏm dáng và nhảy lên chiếc tàu cũ khổng lồ của Nô-e, chứa đầy những động vật kỳ dị, hôi hám, tôi đã hình dung ra một trận chiến sách vở, hay đúng hơn một cuộc bút chiến với các tác giả. Từ cửa sổ của chiếc tàu Nô-e, tôi nhìn thấy những khuôn mặt quen thuộc đang vẫy tay và mời tôi lên tàu, những gương mặt tôi vô cùng ngưỡng mộ.

Tôi đã từng (trước khi trở thành người Công giáo) liệt kê 25 tác giả trong các lĩnh vực tôn giáo, thần học, tâm linh và triết học tôn giáo tôi yêu thích và ngưỡng mộ nhất; trong đó chỉ có hai người theo đạo Tin lành và hai tác giả Chính thống giáo: C. S. Lewis, Kierkegaard, Dostoyevsky, và Tolstoy. Chống lại 4 người này là 21 người Công giáo Rôma: thánh Justinô Tử đạo, thánh Augustinô, Boethius, thánh Anselm, thánh Phanxicô, thánh Bonaventure, thánh Thomas Aquinas, Dante, Nicholas Cusanus, thánh Gio-an Thánh giá, thánh Têrêxa Avila, thánh Catharina Genova, Pascal, thánh Têrêsa thành Lisieux, thánh Gio-an Henry Newman, G. K. Chesterton, bậc Đáng kính Fulton Sheen, Frank Sheed, thánh Têrêsa Calcutta, và Ronald Knox. Tất cả những người này đang vẫy chào tôi từ cửa sổ của con tàu và hỏi tôi tại sao không lên tàu để cùng nhau chia sẻ sự khôn ngoan về đạo, hơn là để lãng phí và mai một đi. Tôi không có câu trả lời. Nhưng thân xác và tâm trí của tôi thôi thúc: Lên tàu ngay!

Mười một trong số 21 vị đã được phong thánh. Quá tốt. "Nhìn bạn biết người".

Khi ở trong tàu, tôi đang ở trong một Gia đình Thực sự Lớn. Không khi nào tôi cảm thấy cô đơn. Ngay cả khi tôi không biết phải làm gì hoặc phải nói gì, những người thân thiêng liêng sẵn sàng giúp tôi, vô hình và ẩn danh, giống như các thiên thần, khi tôi yêu cầu họ.

Khi quý vị không biết cách cầu nguyện, cứ cầu nguyện theo cách riêng, bởi vì những lời nói ngây ngô hoặc nói không đủ câu, và những việc làm vụng về hoặc luộm thuộm, sẽ được bù đắp bởi gia đình thiêng liêng của quý vị, bạn bè của quý vị trên Thiên đàng, những người thấy quý vị vất vả cầu nguyện và lúng túng làm việc sẽ cầu nguyện cho quý vị. Quý vị có toàn quyền khai thác "kho báu" tinh thần đang hưởng phúc trên Thiên đàng như quý vị có quyền sử dụng mọi nguồn dự trữ và tiềm lực của gia đình ruột thịt ở trần gian. Họ sẽ giúp trí óc của quý vị khôn ngoan hơn, giúp tâm hồn của quý vị yêu thương hơn, giúp trái tim của quý vị nhiệt tình hơn. Sự cầu thay nguyện giúp của họ là một trong mười hai tín điều truyền thống* nằm trong Kinh Tin Kính, đó là tín lý các Thánh Thông công, điều mà những người Tin Lành đã quên.

Tại sao tôn giáo của chúng ta không là riêng tư nhưng lại mang tính gia đình và xã hội và cộng đồng? Chúa không phải là người theo chủ nghĩa tự do. Tại sao Ngài phải là một người theo chủ nghĩa cá nhân tự trị? Tại sao Ngài phải theo thuyết Ngộ đạo? Ngài không phải là một Phật tử. Tại sao Ngài phải là người theo thuyết nhị nguyên Descartes? Ngài cũng không theo đạo Tin lành.

Công giáo về bản chất là một tôn giáo xã hội. Không phải chúng ta được cứu độ với tư cách cá nhân trước, rồi gia nhập Giáo hội; đó là hình ảnh Tin lành. Chúng ta được cứu rỗi chỉ vì hợp nhất với Giáo hội, chính là "con tàu cứu độ," gia đình thánh, các Thánh cùng Thông công.

Thiên Chúa giáo về căn bản mang tính xã hội với lý do rất đơn giản và tuyệt đối: bởi vì Thiên Chúa là một thực thể xã hội, Thiên Chúa là Ba Ngôi, Thiên Chúa là một gia đình. Và bản tính của Thiên Chúa nhất thiết phải được phản ảnh trong bản tính của mọi thực tại.●

Chú thích

** 12 tín điều truyền thống như sau:*

(1) Tôi tin, Đức Chúa Trời là Cha phép tắc vô cùng dựng nên trời đất.

(2) Tôi tin, Chúa Giêsu Kitô, Con Một Đức Chúa Cha.

(3) Tôi tin, bởi phép Đức Chúa Thánh Thần, Người xuống thai, sinh bởi Bà Maria.

(4) Tôi tin Người chịu nạn, thời quan Phongxiô Philatô, chết và táng xác,

(5) Tôi tin, Người xuống ngục tổ tông, và ngày thứ ba Người sống lại.

(6) Tôi tin, Người lên trời, ngự bên hữu Đức Chúa Cha,

(7) Tôi tin, ngày sau bởi trời Người lại xuống phán xét kẻ sống và kẻ chết.

(8) Tôi tin Đức Chúa Thánh Thần là Thiên Chúa.

(9) *Tôi tin Giáo hội Công giáo thánh thiện, các Thánh thông công.*

(10) *Tôi tin phép tha tội.*

(11) *Tôi tin xác loài người ngày sau sống lại*

(12) *Tôi tin có sự sống đời sau.*

21

TÔI LÀ NGƯỜI CÔNG GIÁO...
VÌ NHÂN CÁCH CỦA CÁC THÁNH TRONG GIÁO HỘI

Các thánh Công giáo là những nhân vật có thật. Các vị thánh Công giáo và Chính thống giáo đầy nhiệt huyết và đáng nhớ hơn nhiều so với các vị thánh Tin lành.

Họ là những cá thể độc đáo. Không ai có thể nhầm lẫn giữa Thánh Thomas Tông đồ, Thomas thành Kempen, St. Thomas Aquinas, St. Thomas More, và Thomas Merton. Hoặc Thánh Têrêsa (Mẹ Têrêsa) Calcutta, Thánh Têrêxa Avila, Thánh Têrêsa thành Lisieux, Thánh Têrêsa Benedicta Thánh giá (Edith Stein), và bà già chủ nhà sùng đạo mang tên Têrêsa của quý vị.

Chúng ta không thể tranh luận với một vị thánh. Nụ cười của họ, lòng bác ái của họ, những nếp nhăn của kinh nghiệm, và sức chịu đựng, và lòng nhẫn nại của họ khiến lời nói của chúng ta dội ngược lại như hòn đá ném vào một tàu chiến khổng lồ*.

Thánh là sách, phải đọc. Quý vị đọc được gì ở họ? Điều tương tự quý vị đọc trong Kinh thánh: Chúa Giêsu. Các vị thánh là Chúa Giêsu nhỏ bé.

Và Chúa Giêsu tiết lộ điều gì? Chỉ một mình Ngài tiết lộ cho chúng ta một cách trọn vẹn và hoàn hảo hai điều cần biết nhất: bản tính của Thiên Chúa và bản tính của con người; Chúa là ai và chúng ta là ai – hai bản thể mà chúng ta không thể nào thoát khỏi hay trốn tránh dù trong một khoảnh khắc ở trần gian hay ở cõi vĩnh hằng.

Chúng ta hiểu Chúa Giêsu thêm một chút mỗi khi gặp được một vị thánh. Và chúng ta sẽ hiểu các thánh hơn khi biết và yêu Chúa Giêsu hơn.

Khi chúng ta gặp một vị thánh, chúng ta gặp chính mình: chúng ta có thể là gì, nên như thế nào, và trên Thiên đàng sẽ ra sao.

Tại sao những người Tin lành (và ngay cả một số người Công giáo tự do cấp tiến) lại sợ hãi hoặc xấu hổ về các vị thánh?●

Chú thích

Malcolm Muggeridge (1903 -1990), nhà báo nổi tiếng người Anh. Ông lớn lên trong môi trường vô thần, do ảnh hưởng nơi cha mẹ, nên say mê chủ thuyết vô thần. Thời thanh niên, ông bị chủ nghĩa cộng sản mê hoặc đến nỗi dọn sang làm việc tại Mạc-tư-khoa gần một năm. Ông được dịp nhìn tận mắt "thiên đường hạ giới" của Stalin, và ông bừng tỉnh. Niềm tin nhen nhúm dần nhưng mãi đến năm 1969 ông mới theo đạo Tin lành. Ông viết 'Something Beautiful for God' xuất bản năm 1971 và nhờ cuốn sách đó mà thế giới biết đến công việc tầm (phi) thường đầy lòng bác ái của Mẹ Têrêsa Calcutta và Dòng Thừa Sai Bác Ái tại Ấn độ.

Mẹ Têrêsa ảnh hưởng rất lớn trong đời sống tâm linh của ông. Mẹ có lần bảo, ông là người tốt nhưng tại sao ông không chịu rửa tội vào đạo Công giáo, tôi sẽ cầu nguyện cho ông. Ông nói, Chúa muốn những người tốt ở trong Giáo hội, và Chúa cũng cần nhiều người tốt ở ngoài Giáo hội. Mẹ nghiêm mặt trả lời thẳng thừng, "Không, Chúa không muốn như vậy." Kể lại trong cuốn hồi ký, ông thú nhận khi nghe Mẹ Têrêsa trả lời với giọng rắn rỏi, tuy là một ký giả lão luyện trong nghề báo, ông ú ớ không biết phải nói với Mẹ thế nào (Malcolm Muggeridge: A Biography; 1995, trang 411).

Cuối cùng, ông trở lại đạo Công giáo năm 1982. Quả thật, không ai có thể tranh luận với một vị thánh.

22

TÔI LÀ NGƯỜI CÔNG GIÁO...
VÌ CHỈ CÓ GIÁO HỘI CÔNG GIÁO ĐƯỢC BIỂU HIỆN QUA BỐN DẤU ẤN

Kinh Tin Kính Nicene xác định Giáo Hội của Đức Kitô bằng bốn dấu ấn: Giáo Hội là một, thánh thiện, công giáo và tông truyền. Chỉ có một Giáo hội phù hợp với mô tả đó.

Kinh Tin Kính diễn đạt một ngôi nhà thực sự của chúng ta. Kinh Tin Kính là ngọn hải đăng, là lộ trình, là điểm mốc rõ ràng cho những người lữ hành tìm kiếm sự thật.

Thuần Nhất. Có giáo hội nào khác – ngoài Giáo hội Công giáo – thuần nhất đến nỗi tất cả những sự chia rẽ xảy ra trong giáo hội đó rõ ràng là sự phân chia giữa cái cũ và cái mới, giữa Giáo hội phát sinh từ Đức Kitô và hội thánh phát sinh từ con người, giữa một Giáo hội hiện hữu từ thuở ban đầu và các giáo phái được thành lập từ sự ly khai? Giáo hội Công giáo là giáo hội duy nhất mà tất cả các giáo phái khác tách ra từ đó.

Có giáo hội nào khác – ngoài Giáo hội Công giáo – thuần nhất qua các thời đại, giảng dạy các tín lý giống nhau, không bao giờ mâu thuẫn với chính mình, không hề sửa đổi trong lãnh vực thần học hoặc đạo đức không?

Có giáo hội nào khác – ngoài Giáo hội Công giáo – thuần nhất trong không gian cũng như thời gian? Có hội thánh nào khác công giáo, mang tính phổ quát (cho tất cả mọi người) không? Như Chesterton nói, làm thế nào một nhà truyền giáo lại có thể thuyết phục một người Ngoại Mông trở thành một người Tin lành?

Tông truyền. Có giáo hội nào khác – ngoài Giáo hội Công giáo – có chức năng tông truyền (được truyền lại bởi các tông đồ) dạy dỗ những gì các tông đồ đã dạy và với thẩm quyền mà Đức Kitô đã ban cho họ và những người kế vị không? Có giáo hội nào khác mang tính chất tông truyền trong sự tuyển chọn những người kế vị bằng bí tích không? Trong số các giáo hội Tin lành, chỉ có Giáo hội Anh giáo dám tuyên bố tính chất tông truyền, nhưng không còn giá trị khi Henry VIII đoạn tuyệt với Rôma, đoạn tuyệt luôn với các giám mục Giáo hội Công giáo, mất luôn cả thẩm quyền về bí tích Truyền chức khi giám mục tấn phong các giám mục kế vị bằng cách đặt tay, thể hiện chức năng tông truyền bắt đầu từ thánh Phêrô, vị giáo hoàng tiên khởi.

Phổ quát. Có giáo hội nào khác – ngoài Giáo hội Công giáo – dám tuyên bố tên là *catholic*, nghĩa là "phổ quát" (chung cho tất cả mọi người) không? Giáo hội Công giáo phổ quát theo nhiều nghĩa: cho mọi người, cho mọi thế giới, cho mọi thời đại, cho mọi nền văn hóa, và giảng dạy tất cả những gì Đức Kitô và các tông đồ đã dạy.

Thánh thiện. Nhưng thánh thiện ra sao? Giáo hội bao gồm nhiều tội nhân đáng kính, và cả tội nhân đáng khinh. Ngay cả một vài người mang tai tiếng lại là giáo hoàng!

Khi mạnh dạn tuyên bố Giáo hội Công giáo thánh thiện không có nghĩa là tất cả người Công giáo đều thánh thiện, hay giáo dân Công giáo thánh thiện hơn các tín hữu Thiên Chúa giáo khác. Lời tuyên bố có nghĩa là chính Giáo hội là thánh (thánh thiện – holy –nghĩa là "tách biệt," ngụ ý "tách biệt nhờ Thiên Chúa"), và đó là nguồn gốc của sự thánh thiện. Không thể cho đi những gì mình không có: đó là nguyên tắc nhân quả. Giáo hội sản sinh ra các thánh.

Ý nghĩa của cuộc sống và mệnh lệnh thiêng liêng không thể thay đổi, mà Thiên Chúa đã lặp đi lặp lại khi Ngài ban lề luật cho dân Do-thái: *"Hãy là thánh, vì Ta là Thánh, Ta, Giavê Thiên Chúa của các ngươi."* (Lê-vi 19:2).

Đức Kitô không xem nhẹ mệnh lệnh thiết yếu này nhưng lặp lại với mục đích khẳng định tính tuyệt đối cho rõ ràng hơn, không thể thay đổi, và đương nhiên được hiểu là: "hãy trở nên thánh với hết sức lực, hết tâm trí." Ngài nói: *"Anh em hãy nên hoàn thiện, như Cha anh em trên trời là Đấng hoàn thiện."* (Mát-thêu 5:48). Đó là lý do của Luyện ngục. Chúa sẽ không đưa chúng ta ra khỏi lò lửa nếu chúng ta chưa được thanh luyện hoàn toàn.

Giáo hội là mối liên kết của chúng ta với Đức Kitô. Phá vỡ mối liên kết đó là phá vỡ sự kết hiệp với Đức Kitô. Từ chối thân (Giáo hội) là từ chối Đầu (Đức Kitô). Đó là lý do tại sao thánh Thomas More chịu tử đạo thay vì chấp thuận hành động Henry ly khai với Rôma khi Giáo hoàng không chấp thuận việc ly hôn của vua. Đây là cách thánh More giải thích với cô con gái yêu quý, Margaret, tại sao ngài không chấp thuận hành động của vua Henry, trong A Man for All Seasons:

More. Nếu chúng ta sống trong một tình trạng mà đức hạnh sinh hoa kết trái, thì công ích sẽ giúp chúng ta sống tốt. . . và chúng ta sẽ sống như những con vật hay thiên thần trong vùng đất hạnh phúc. Nhưng vì trên thực tế, chúng ta thấy sự tham lam, tức giận, ghen tị, kiêu căng, lười biếng, ham muốn và ngu ngốc thường được trọng vọng vượt xa sự khiêm tốn, khiết tịnh, dũng cảm, công bằng và tư tưởng... tại sao thế, vậy thì có lẽ chúng ta phải nhanh nhẹn đứng lên, ngay cả khi có nguy cơ phải chết.

Margaret. Nhưng cha cần lý trí! Cha đã làm hết sức theo ý Chúa rồi?

More. Này con… cuối cùng… không phải vì lý trí; nhưng vì tình yêu.

Tại sao lại cần một Giáo hội để nên thánh? Bởi vì chúng ta không thể tự mình nên thánh được. Chúng ta không thể tự nâng mình lên bằng nỗ lực bản thân. Bác sĩ không thể tự chữa khỏi bệnh. Con hổ không thể thay đổi lớp lông vằn của nó.

Nhưng cho dù sự thánh thiện không phải tự mình làm nên, cho dù chúng ta phải cần Thiên Chúa và ân sủng, tại sao chúng ta cần một Giáo hội mang tính vật chất, hữu hình, cụ thể, lịch sử, bí tích? Tại sao mối quan hệ giữa chúng ta với Thiên Chúa và sự cậy trông vào Ngài lại không thể là mối quan hệ trực tiếp một-đối-một và tâm linh?

Bởi vì Đức Kitô không phải là quan hệ một-đối-một và tâm linh. Đức Kitô tập hợp một nhóm tông đồ, và thiết lập một Giáo Hội hữu hình, và ban cho Giáo Hội mình và máu theo nhân tính của Ngài, cả trên Thập giá và trong Bí tích Thánh Thể. Người Công giáo trang điểm với phẩm chất của Ngài, không hề chống lại. Người Công giáo chỉ rao truyền thông điệp của Ngài; không hề sửa đổi nội dung.

Thiên Chúa làm nên các vị thánh, nhưng Ngài làm điều đó qua Đức Kitô, và Đức Kitô làm điều đó qua thân thể Ngài, tức là Giáo hội của Ngài.

Tất nhiên, điều đó được thực hiện bởi Chúa Thánh Thần, và là tinh thần. Điều đó cũng được thực hiện bởi thân xác nhập thể của Đức Kitô, và là vật chất. Tại sao? Bởi vì nó được thực hiện trong con người và cho con người; tuy con người không phải là thiên thần nhưng luôn là sự kết hợp giữa vật chất và tinh thần.

Để tìm được ý nghĩa cho cuộc sống và sống cho ý nghĩa (của cuộc đời quý vị), hãy trở thành một vị thánh.

"Ngưu tìm ngưu, mã tìm mã." hoặc *"Trai khôn tìm vợ chợ đông. Gái khôn tìm chồng giữa chốn ba quân."* Tìm đúng nơi để gặp đúng người. Đến

đúng chỗ để là người tốt. Muốn trở thành một vị thánh, hãy đến với Đức Kitô. Muốn ướt, đi đến chỗ trời mưa. Muốn trở nên thánh thiện, hãy tìm đến nơi có Đức Kitô.

Chúa Kitô ở đâu? Ở trong nhiệm thể của Ngài, là Giáo hội, không phải ngoài Giáo hội. Đến với Đức Kitô thế nào? Hãy đến với nhiệm thể của Ngài, chính là Giáo hội.

Chúa Kitô cũng ở trong những người không Công giáo, một cách trừu tượng tinh thần, nhưng không là cụ thể vật chất, không bí tích, không Thánh Thể như Chúa Kitô ở trong những người Công giáo.

Tại sao lại chọn một chiếc thuyền con trong khi quý vị có nguyên cả một con tàu?●

23

TÔI LÀ NGƯỜI CÔNG GIÁO... VÌ LÝ DO QUA CÂU HỎI CỦA WALKER PERCY: "CÒN GÌ NỮA KHÔNG?"

Walker Percy – một bác sĩ, nhưng không hành nghề y khoa mà trở thành giáo sư văn chương – cải đạo từ Tin lành, hỏi "Còn gì nữa không?" khi có người thắc mắc vì lý do nào ông chọn đạo Công giáo, và người đối thoại hỏi ngược lại: "Ý ông hỏi 'Còn gì nữa?' là thế nào? Còn nhiều chứ. Còn rất nhiều lựa chọn khác để thay thế đạo Công giáo như: chủ nghĩa chính thống, chủ nghĩa hiện đại, chủ nghĩa tự do cánh tả, chủ nghĩa bảo thủ cánh hữu, chủ nghĩa duy vật, chủ nghĩa duy linh, chủ nghĩa thực dụng, chủ nghĩa duy tâm, chủ nghĩa cổ điển, chủ nghĩa lãng mạn, chủ nghĩa sử thi, chủ nghĩa khắc kỷ, chủ nghĩa vị lợi, chủ nghĩa cá nhân, chủ nghĩa tập thể, chủ nghĩa tương đối, chủ nghĩa trọng nam, chủ nghĩa trọng nữ, chủ nghĩa nhất giới, chủ nghĩa chuyển giới, chủ nghĩa siêu nhân, thuyết phiếm thần, thuyết đa thần, chủ nghĩa khủng bố Hồi giáo, Thời đại Bảo bình, Phong trào Thời đại Mới, chuộng chất gây nghiện, nữ thần, chủ nghĩa cộng sản, chủ nghĩa tân quốc xã, chủ nghĩa vô chính phủ, chủ nghĩa nhân văn thế tục (chủ nghĩa nhân văn thế tục cuồng tín!), chủ nghĩa tự ái, ma túy, băng đảng và các môn thể thao."

Percy nhún vai trả lời: "Ông trả lời dùm tôi rồi đấy!"

Câu trả lời của Percy dựa vào Kinh thánh. Khi Chúa Giêsu giảng dạy về Bí tích Thánh Thể phải ăn thịt và uống máu Ngài, hầu hết các môn đệ cảm thấy chướng tai nên bỏ đi (xem Gio-an 6:60). Ngài không gọi họ lại để giải thích sự sai lầm vì họ hiểu lời Ngài nói theo nghĩa đen. Nhưng Ngài chỉ hỏi các tông đồ, *"Cả anh em nữa, anh em cũng muốn bỏ đi hay sao?"* Câu trả lời của Percy giống như câu Phêrô thưa với Chúa Giêsu hai nghìn năm trước. (xem Gio-an 6:67-68, nhưng nên đọc cả chương 6)●

24

TÔI LÀ NGƯỜI CÔNG GIÁO...
VÌ TÔI THAM LAM

Khi tìm thấy một điều tốt, tôi tham lam muốn nhiều hơn nữa.

Tôi từng theo đạo Tin lành. Tôi vẫn tin yêu và vui sống theo niềm tin Tin lành. Trên thực tế, với tư cách là người Công giáo tôi sống Tin lành hơn cả lúc tôi còn theo Tin lành – phúc âm hơn, lôi cuốn hơn, kinh thánh hơn và hướng về Kitô giáo hơn. (Tôi tham lam theo cách như thế, tôi có thêm những gì mà trước đây tôi không có, chẳng hạn như 13 điểm trong lý do thứ 12, ở trên.)

Điều đó hoàn toàn giống với những người Do-thái, khi chấp nhận Chúa Giêsu là Đấng Cứu thế và trở thành giáo dân Thiên Chúa giáo Do-thái. Họ nói như nhau: "Chất Do-thái trong tôi không giảm đi mà giờ đây còn Do-thái hơn thế nữa. Tôi bây giờ là một người Do-thái hoàn chỉnh, một người Do-thái hoàn toàn."

Tôi không tin điều như thế lại đúng cho những người theo chủ nghĩa nhân bản: nếu họ trở thành người Công giáo, họ sẽ nhân bản hơn bao giờ hết.

Đạo Công giáo rất LỚN. Đó là một tôn giáo có rất nhiều chữ viết hoa. Nếu nó tệ, thì rất tệ. (Vụ thảm sát của Hitler kinh hoàng hơn và tồi tệ hơn vụ thảm sát của trùm băng đảng Al Capone.) Nếu nó tốt, thì rất tốt. (Một tổng lãnh thiên thần lớn hơn và tốt hơn một con kiến.)

Vì vậy, Công giáo ở giữa các tôn giáo như Chúa Giêsu ở giữa con người: xấu nhất hoặc tốt nhất; tầm thường hoặc phi thường; là một tiên tri giả kiêu ngạo, tự cao, dối trá, báng bổ hoặc một giáo hội duy nhất chân chính; là bình sành của Ma quỷ hoặc bình sành của Thiên Chúa.●

25

TÔI LÀ NGƯỜI CÔNG GIÁO...
VÌ NGƯỜI CÔNG GIÁO, NHƯ CÁC THÁNH, HƠI DỊ THƯỜNG

Lời của một bài hát nổi tiếng, "Làm thế nào để sống sót trừ phi hơi dị thường?" (*Crazy*, ca sĩ Seal). Nhưng các thánh Công giáo còn dị thường hơn thế nhiều.

Lý tưởng của họ, đam mê của họ, tình yêu của họ, thì bao la, choáng ngợp, rạng rỡ, quyết liệt. Các thánh cho thấy chính con tim thao thức của chúng ta, trong khi những trùm bất lương cho thấy tính đê hèn chất chứa trong từng người chúng ta, "Hitler trong chính chúng ta", (trích tiêu đề tuyệt vời của cuốn sách của Max Picard, được viết ngay sau Thế chiến thứ Hai).

Các thánh cho thấy chính xác điều gì về con người và trái tim của chúng ta? Một điều thật rõ ràng, họ và chúng ta là những vị thánh đầy ắp khát vọng. Có hai mặt "tốt – xấu" về điều này: một mặt, trong tâm hồn sâu thẳm nhất, chúng ta yêu và khao khát những mục đích cao đẹp và thánh thiện, nhưng mặt khác – thật đáng trách – chúng ta ngăn chặn và lơ là những khát vọng này và chú tâm vào những khát vọng khác, thấp hèn hơn.

Một điều nữa cho chúng ta thấy là những gì các thánh tin có khả năng là sự thật, không phải vì họ thông minh hay sáng dạ mà vì họ là những người tốt. Các thánh chèo lái con thuyền đời đi đúng hướng, dẫn đến sự thật. Có một lập luận cần chú ý, từ thiện hảo đến chân lý, từ ý chí đến tâm trí, từ thánh thiện đến sáng suốt. Cả hai phạm trù phải được nối kết chặt chẽ với nhau, vì không thể chấp nhận rằng trái tim được tạo dựng nên lại tồi tệ đến mức hai lý tưởng tuyệt đối, chân và thiện, lại mâu thuẫn với nhau và lôi kéo chúng ta đi theo hai hướng trái ngược nhau. Làm sao hai năng lực lớn nhất – hướng về chân và thiện – và những khát khao bẩm sinh trong trái tim con người một năng lực lại đúng và năng lực kia sai? Nếu vậy, năng lực nào sai? Và chúng ta phải loại bỏ điều tuyệt đối nào để phục tùng điều tuyệt hảo kia: trung thực hay thánh thiện, khôn ngoan hay bác ái, chân lý hay tình yêu, sáng suốt hay thánh khiết? Có phải sự thánh khiết tìm mọi cách đạt cho được sự thiện bằng cách xem thường sự thật? Có phải chúng ta cần hoài nghi và ích kỷ để đầu óc tỉnh táo hơn, để sống trong thực tế, để sống trong thế giới thực?

Có phải Machiavelli* đúng và Chúa Giêsu sai?

Ngay cả trong những vấn đề nhỏ nhặt, chúng ta thường nghĩ rằng những gì người tốt tin có nhiều khả năng đúng hơn những gì người xấu tin. Điều này càng đúng bao nhiêu thì hai giá trị – chân và thiện – càng gần nhau bấy nhiêu, chúng ta càng tiến gần đến Chúa và các thánh bấy nhiêu?

Trong đáy sâu thẳm của trái tim mỗi người, ai cũng nhận ra hai giá trị tuyệt đối – chân và thiện – ngang nhau, và cả hai là đòi hỏi của lương tâm. Nếu có bất cứ sự mạc khải tự nhiên nào về bản tính của Thiên Chúa trong trái tim con người, thì đó chính là lương tâm. Vì vậy, nếu cả hai điều đều phản ảnh hình ảnh của Thiên Chúa và nếu chúng mâu thuẫn với nhau, thì hóa ra Thiên Chúa lại mâu thuẫn với chính Ngài sao? Có phải Thiên Chúa và Satan là hai tên gọi khác nhau trong cùng một bản thể? Chúa có mặt trái không? Nếu vậy, đó là sự bất hảo hay sự gian ác của Ngài?

Lập luận này bảo vệ tất cả các thánh, không chỉ riêng các thánh Công giáo. Các vị thánh Công giáo trực diện với chúng ta một cách cuồng nhiệt hơn, thách thức hơn, mạnh mẽ hơn, và kiên quyết hơn qua lập luận này hơn bất cứ lập luận nào khác, và đặc biệt điều này càng đúng khi nhiều người cho rằng các thánh Công giáo quá cực đoan, quá cuồng nhiệt và dị thường. Đúng vậy, đó là bản chất của các thánh.

Khi ông Gióp phàn nàn về tai họa và đau khổ trong cuộc đời ông, Thiên Chúa không hạ giọng hay xin lỗi về lối thử thách kỳ lạ của Ngài (Chúa cố ý để ông đau khổ), nhưng chỉ tiết lộ cho ông biết: Bơ-hê-mốt và Giao long không phải là thú cưng (thánh Aquinas gọi là voi và cá voi; có khi là hà-mã và cá sấu); chúng là những con quái vật. Nhưng là quái vật của Ngài. (xem Gióp 40:15-32).

Tôi đoán Ngài đang nghĩ đến Thánh Phanxicô Assisi (cuộc đời Ngài đầy cuồng nhiệt và dị thường, với con người, súc vật, và thiên nhiên).●

Chú thích

Niccolò Machiavelli là một nhà ngoại giao, tác giả, triết gia và sử gia người Ý sống trong thời Phục hưng. Ông viết cuốn chuyên luận chính trị The Prince và mãi đến nay vẫn là sách gối đầu giường của những nhà chính trị lão luyện. Người ta thường cho ông là cha đẻ của môn triết học chính trị hiện đại và khoa học chính trị.

26

TÔI LÀ NGƯỜI CÔNG GIÁO...
VÌ TÔI BIẾT TÔI NÊN ĐỐI XỬ VỚI CON NGƯỜI NHƯ CHÍNH HỌ LÀ ĐỨC KITÔ

Giáo hội cho tôi lý do tốt nhất để đối xử với người khác như chính họ là Đức Kitô: vì họ đúng là Đức Kitô.

Họ là chi thể (members) của thân thể Ngài (xem 1 Cô-rin-tô 12:12-27). Tiếng Việt dịch là các bộ phận của thân thể. Riêng chữ "members" trong tiếng Anh dễ gây hiểu lầm. Nó giống như thể hội viên (membership) trong một câu lạc bộ, một doanh nghiệp hay một hội kín. Không, các bộ phận của cơ thể phải hiểu là nội tạng. Chúng ta là nội tạng của Thân thể Đức Kitô. Đó là lý do Đức Kitô nói, *"...mỗi lần các ngươi làm như thế cho một trong những anh em bé nhỏ nhất của Ta đây, là các ngươi đã làm cho chính Ta vậy"* (Mát-thêu 25:40). Ngài không nói, "ngươi làm điều đó với Ta," nhưng nói, "ngươi làm điều đó cho Ta." Cùng một lý do Ngài hỏi Saolô trên đường đến Đamát, *"Sa-un, Sa-un, tại sao ngươi bắt bớ Ta?"* (Công vụ Tông Đồ 9:4).

Đó là lý do Mẹ Têrêsa là một vị thánh. Mẹ tin

điều này, và khi nhìn vào một người khác, Mẹ đã thấy Chúa Giêsu Kitô. Và đó là lý do quý vị cũng có thể trở thành một vị thánh. Chỉ cần tầm nhìn của đức tin, và cách nhìn của trái tim.

Có phải chỉ có người Công giáo mới có tầm nhìn như thế? Thưa gần đúng.

Những người Tin lành thường xem mối quan hệ giữa Chúa Giêsu và tín hữu là hợp pháp và đạo đức, cá nhân và tâm lý, không phải siêu hình (xem lý do số 27 tiếp theo), như hầu hết họ xem sự cứu rỗi công chính là hợp pháp. (C.S. Lewis nghiêng về Công giáo hơn Tin lành về điểm này: xem phần 4 của Mere Christianity). Họ cho rằng hưởng ơn cứu độ chỉ cần hòa hợp với Thiên Chúa (công chính hóa), chứ không thực sự biến đổi con người thành *"một loài thọ tạo mới"* (2 Cô-rin-tô 5:17), không cần trở nên thánh (thánh hóa); chỉ mỗi đức tin là đủ được cứu rỗi, chứ không phải đức tin và việc làm, không cần việc làm của tình yêu. Họ cho rằng Thiên Chúa nhìn mỗi người như thế là một vị thánh rồi và đưa quý vị lên Thiên đàng miễn là quý vị đặt niềm tin nơi Đức Kitô. Họ tin rằng người ta thực sự không cần là thánh để lên Thiên đàng, mà chỉ cần tin; chính Đức Kitô đã làm trọn vẹn các đòi hỏi căn bản (qua sự cứu độ) về luật lệ dùm cho chúng ta, và đó là lý do tại sao chúng ta được tha.

Nói cách khác, Thiên Chúa là một luật sư. Trên tất cả lời lăng mạ báng bổ và dị giáo trong lịch sử từ trước đến nay!

Chữ mà Thánh Phaolô thường dùng nhất để diễn tả mối quan hệ giữa Đức Kitô và giáo dân là một chữ nhỏ, khó tả nhưng rất sâu sắc: *trong*. Chúng ta không chỉ là những người tin vào Đức Kitô và là môn đệ của Đức Kitô, những người yêu mến Đức Kitô và thậm chí là những người thờ phượng Đức Kitô; nhưng chúng ta ở *trong* Đức Kitô, và Đức Kitô ở *trong* chúng ta. Thật thế sao! Đó không phải là một hư cấu trừu tượng; nhưng là một thực tế siêu hình.

Pascal gọi Giáo hội là "một hiệp hội của những thành viên có tư duy" (Pensée 482). Nói cách khác, quý vị là ngón chân út của Đức Kitô, và người hàng xóm của quý vị là ngón tay cái của Ngài. Bây giờ quý vị đã biết nên đối xử với người hàng xóm thế nào cho phải, và hiểu tại sao phải như vậy.

Thánh Phaolô áp dụng cùng một phép siêu hình vào hôn nhân trong Ê-phê-sô 5:28-33 khi so sánh thật tuyệt vời giữa sự kết hợp một xương một thịt trong hôn nhân vợ chồng với sự kết hợp giữa Đức Kitô và Giáo hội. Đó không chỉ là đạo đức, cảm xúc và tâm lý; mà cả siêu hình. Cả hai thực sự trở nên một – một trong bản thể, không chỉ riêng trong cảm nghĩ mà thôi.

Đó là tầm nhìn Công giáo và là tầm nhìn trong Kinh thánh. Những người Tin lành có thể đã quên và vội chạy theo chủ nghĩa chủ quan hiện đại.

Nhưng người Công giáo thì dứt khoát không.●

27

TÔI LÀ NGƯỜI CÔNG GIÁO...
VÌ NGƯỜI CÔNG GIÁO VẪN KHOÁC ÁO SIÊU HÌNH

Siêu hình học thường bị hiểu lầm. Đó không phải là phân khoa triết học đề cập đến những điều phi vật chất hay những điều siêu nhiên; nhưng là một nhánh triết học liên quan đến vấn đề hữu thể – tất cả hữu thể, và hữu thể như thế.

Cái tên phổ biến thường hay gọi là thế giới quan. Nghĩa là chỉ đơn giản nghĩ về những gì đang hiện hữu, và bản tính thực sự, cốt yếu của những gì đang hiện hữu. Nó cần thiết và bình thường như câu hỏi của một đứa bé, "Cái gì vậy?"

Tất cả các triết gia lớn thời cổ đại và trung cổ đều dính dáng đến siêu hình học. Mọi cuộc đối thoại của Plato đều bắt đầu bằng một câu hỏi siêu hình: "Cái gì vậy?" (công lý, hoặc tình bạn, hoặc dũng cảm, hoặc cái chết, hoặc tình yêu, hoặc hiểu biết, hoặc đức hạnh, hoặc ngôn ngữ). Nhưng các triết gia đương đại có xu hướng hoài nghi về môn siêu hình chỉ vì chủ nghĩa thực dụng, chủ nghĩa thực chứng (chủ nghĩa khoa học, cái gì cũng phải được chứng minh), chủ nghĩa lịch sử, chủ nghĩa vị lợi, chủ nghĩa hiện sinh, chủ nghĩa duy vật, chủ nghĩa chủ quan và chủ nghĩa tương đối, và trên hết, vì nhận thức hoài nghi luận của Kant, vốn phủ nhận rằng chúng ta có thể biết "những thứ trong bản thân chúng"* khác biệt với vẻ bên ngoài; và cũng vì siêu hình học không thể thực hiện được bằng phương pháp khoa học, mà trong thời đại này nhiều người tin khoa học là phương pháp duy nhất dẫn đến sự chắc chắn, để chứng thực những gì chúng ta tin. (Nhưng khi cho rằng "chỉ có phương pháp khoa học mới cho chúng ta sự chắc chắn" thì lập luận này lại không thể chứng minh được bằng phương pháp khoa học. Giống như *sola scriptura*, nó mâu thuẫn với chính nó.)

Lý trí điển hình trong thời đại ngày nay không phải là suy niệm mà là thực tiễn và thực dụng, và vì thế, lý trí thời nay không cần dựa vào nền tảng siêu hình để trả lời những câu hỏi như "Nó có ích lợi gì không?" hoặc "Nó trông ra sao?" hoặc "Nó làm gì?" hoặc "Chúng ta dùng nó vào việc gì?" hoặc "Nó có ý nghĩa gì với tôi?" hoặc "Nó tượng trưng cho điều gì?" hoặc "Nó khiến tôi cảm thấy thế nào?" Nó hoàn toàn nghiêng về thực dụng. Tất cả suy nghĩ đều phải là thực tiễn, phải chứng minh được mới tin.

Đạo Công giáo không thể tách rời khỏi siêu hình học. Vì những tín lý căn bản về đạo đều mang tính chất siêu hình.

Một ví dụ rõ ràng là giáo lý về sự Hiện diện Thực sự (khách quan) của Chúa Kitô trong Bí tích Thánh Thể, và học thuyết về Sự Biến Thể, sự thay đổi thực chất của bánh và rượu thành Mình và Máu Chúa Kitô, mặc dù về hình dạng bên ngoài, cả bánh và rượu có vẻ như không biến đổi gì. Điều này đòi hỏi sự phân biệt siêu hình giữa bản chất (bản thể, nội dung) và vẻ bên ngoài (phụ thể, hình thức).

Một ví dụ cốt yếu khác của siêu hình học là khẳng định về các bí tích thực sự ban cho chúng ta ân sủng thiêng liêng – trên thực tế, (như Kinh thánh nói rõ ràng) *"Nước đó là hình bóng làm phép rửa nay cứu thoát anh em."* (1 Phê-rô 3:21). Đó không chỉ là một biểu tượng hay một biểu hiện thánh, mà còn hơn thế. Đó không phải là một tác phẩm nghệ thuật; nhưng là một cuộc giải phẫu cho linh hồn chúng ta (để sống lành mạnh hơn).

Vẫn còn một ví dụ cốt lõi khác nữa là sự khác biệt giữa thuyết công chính hóa của Luther (nó không thay đổi chúng ta về mặt siêu hình mà chỉ về mặt pháp lý; Chúa xem chúng ta như thánh mặc dù chúng ta không thực sự biến đổi trong bản thể của chúng ta, chỉ là thánh trong tâm trí của Thiên Chúa mà thôi) và ý niệm *"tái sinh bởi ơn trên"* (Gio-an 3:3) của đạo Công giáo (và Kinh thánh); tái sinh từ *bios* (sự sống tự nhiên) đến *zoe* (sự sống siêu nhiên, sự sống vĩnh cửu), từ xác thịt (*sarx*: sa ngã, bản tính phàm tục con người) đến tinh thần (*pneuma*: bản tính con người được tái tạo bởi Chúa Thánh Thần).

Luther thú nhận rõ ràng là ông không thể nào thể hiện được siêu hình vì ông theo Chủ nghĩa Duy danh (chỉ là danh xưng mà không có thực). Những người theo chủ nghĩa duy danh giản lược tất cả các tính phổ quát (như công lý, hoặc bản chất, hoặc tự hữu thể) thành những tên gọi (*nomina*) đơn thuần, chỉ là tên gọi trống rỗng mà thôi. Luther gọi chúng là *flatus vocis*, "âm thanh rắm thối."

Vẫn còn một ví dụ khác về siêu hình học là sự khẳng định của Công giáo và Kinh thánh rằng chúng ta thực sự *"được thông phần bản tính Thiên Chúa"* (2 Phê-rô 1:4). Người Công giáo tin tưởng tín lý tuyệt vời này và sản sinh ra nhiều bậc thần nghiệm. Những người Tin lành thường hoài nghi về tín lý đó, và về khoa thần nghiệm nói chung.

Những tín lý căn bản của Công giáo đều là siêu hình. Giáo hội tuyên bố biết điều gì đó, nhờ mạc khải thần linh, về thực tại khách quan, chứ không chỉ là kinh nghiệm cá nhân. Công giáo cũng giống như khoa học: phổ quát và khách quan. Đạo Tin lành giống tâm lý thực dụng hơn: cá nhân và chủ quan.

Tất nhiên, Công giáo cũng nói rất nhiều về kinh nghiệm cá nhân, về những gì là cá nhân và chủ quan. Kinh nghiệm cá nhân đủ lớn để bao gồm cả thực tại khách quan. Tâm thức của Công giáo luôn bao gồm cả hai: thực tại khách quan và kinh nghiệm cá nhân; không thể chọn lựa một trong hai.●

Chú thích

Những thứ trong bản thân chúng (Things-in-themselves), một thuật ngữ triết học có nghĩa là sự tồn tại của những thứ "trong bản thân chúng," để phân biệt với cách chúng xuất hiện trước mắt, qua hiểu biết của con người.

28

TÔI LÀ NGƯỜI CÔNG GIÁO...
BỞI VÌ CHỈ MỖI GIÁO HỘI CÔNG GIÁO NGÀY NAY CỨNG RẮN VỚI LÒNG CAN ĐẢM TRONG MỘT THẾ GIỚI MỀM YẾU VỚI NHIỀU HAM MUỐN, TIÊU THỤ VÀ TÌNH DỤC.

Giáo hội thật can đảm khi tỏ ra cứng rắn trong một thế giới trở nên mềm yếu với nhiều ham muốn, ham mê bản thân. Tuy vậy, Giáo hội vẫn mềm dịu với tình yêu thương và lòng thương xót trong một thế giới đầy dẫy thực dụng và giỏi tính toán.

Những chiều kích đối lập này của Giáo hội, cứng rắn và mềm mỏng, được kết hợp trong sự hy sinh, điều này gây khó chịu đến những người mềm yếu và sợ hãi và hèn nhát và đam mê bản thân vì Giáo hội đòi hỏi họ phải can đảm; đồng thời cũng gây khó chịu đến những người cứng rắn và thực dụng và thực tiễn bởi chủ nghĩa lý tưởng điên rồ và tình thương yêu vô điều kiện.

Quý vị thấy điều này trong tất cả các vị thánh của Giáo hội. Không một ai trong số các vị thánh chỉ đơn giản là mềm yếu hoặc chỉ cứng rắn. Một số cứng rắn hơn những người khác, và một số dịu dàng hơn những người kia, nhưng không một ai trong số các vị thánh hèn nhát hoặc chạy theo chủ nghĩa tương đối về đạo đức, và không một ai theo chủ nghĩa pháp lý thiếu bao dung (phán quyết tòa án thường dung hòa giữa tình và lý). Các thánh nam của Giáo hội đều lịch thiệp: vừa dịu dàng vừa nam tính. Và các thánh nữ đều là những người phụ nữ cá tính: vừa mạnh mẽ lại vừa nữ tính. Không một giáo hội nào khác trên thế giới ngày nay sản sinh các thánh nam nữ như thế. Thay vào đó, các thánh hầu như nữ tính hóa đàn ông và nam tính hóa phụ nữ. Chẳng hiểu nam nữ trao đổi căn tính về giới tính hoặc hy sinh luôn cả căn tính của mình.

Sự kết hợp Công giáo giữa các đức tính cứng rắn và mềm dẻo – cả về nhân cách nói chung và về nhân cách giới tính – là một kết hợp tuyệt hảo cần được khôi phục để cứu vớt nền văn hóa của chúng ta. Các nền văn hóa thường thích nghi với não trạng của con người (hoặc ngược lại, con người thích nghi với nền văn hóa; hay nói cách khác, con người là sản phẩm của xã hội), và do đó nếu không có các vị thánh, nền văn hóa của chúng ta sẽ trở thành chủ nghĩa độc tài toàn trị Một Nghìn Chín Trăm Tám Tư*, hoặc một xã hội Brave New World** nơi con người hoàn toàn bị tẩy não, sống phụ thuộc vào thuốc men, giải trí, tiêu thụ, và tình dục. Hoặc cả hai.

Walker Percy viết, "Chính lòng thương người*** đã dẫn đến các trại tử thần" (lò giết người hàng loạt). Tâm hồn Hitler đầy tình cảm.●

Chú thích

** 1984, truyện giả tưởng nổi tiếng, xuất bản năm 1949, của George Orwell về chế độ độc tài toàn trị.*

*** Brave New World, truyện giả tưởng nổi tiếng, xuất bản năm 1932, của Aldous Huxley về một xã hội tương lai khi cuộc sống không còn ý nghĩa.*

**** Chiến dịch Aktion T4, bắt đầu từ 1939 đến 1945, của Đức quốc xã đã giết khoảng 300.000 người mắc bệnh tâm thần và khuyết tật được tuyên truyền là "sự tình nguyện an tử"; một cách giết người dã man núp dưới bóng lòng từ bi trắc ẩn. Đức quốc xã viện lẽ vì lòng thương xót không muốn họ đau đớn vì bệnh tật về tinh thần và thể xác, nên chích thuốc chết (an tử) là một cách giải thoát cho họ. Chính chiến dịch Aktion T4 đã dẫn đến các lò hơi ngạt, qui mô và "hiệu quả" hơn, nhằm giết người hàng loạt. (xem thêm đoạn phim ngắn Forgive Us Our Trespasses của Netflix, https://www. netflix.com/title/81320168).*

29

TÔI LÀ NGƯỜI CÔNG GIÁO...
VÌ TÔI CẦN NIỀM XÁC TÍN CỦA TÍN LÝ VỀ THIÊN CHÚA, VÀ ĐỨC KITÔ, VÀ ƠN CỨU ĐỘ

Không có giáo phái Tin lành nào dám tuyên bố tín lý của họ là chắc chắn. Nhưng riêng chúng ta lại cần niềm xác tín vào các tín lý. Chúng ta không chỉ cần xác suất hoặc ý kiến tốt hoặc ý định ngay lành trên con đường dẫn đến Thiên đàng, vì tất cả – những điều trên kể cả khả năng và tiềm năng của mỗi người – đều cần cho cuộc hành trình này.

Một sai lầm trên đường đi – khác với cuộc hành trình trên – có thể chưa hẳn là thảm họa, nhưng đối với cuộc hành trình này cần phải luôn cảnh giác vì thảm họa có thể xảy ra, vì cái chết là điểm tận cùng của đời sống và không thể nào quay lại, không có cơ hội thứ hai.

Tuy nhiên, về bản thân chúng ta, chúng ta không đủ khả năng để biết sự thật về Thiên Chúa, đường dẫn đến Thiên đàng và sức mạnh thiêng liêng để bước trên con đường lữ thứ. Chúng ta cần một niềm xác tín thần thánh, không thể sai lầm.

Kinh thánh có điều đó, đúng, nhưng hai mươi nghìn giáo phái Tin lành có hai mươi nghìn cách giải thích Kinh thánh khác nhau. Không thể có hai mươi nghìn sự thật. Chúng ta cần một sự thật chân chính, không thể là một sự thật vu vơ nào đó.

Đức Kitô là Sự Thật, vâng, và tất cả giáo dân Thiên Chúa giáo đều tin vào Đức Kitô, nhưng Đức Kitô nào? Đức Kitô đơn thuần là con người, hoặc Đức Kitô đơn thuần là thần thánh, hoặc Đức Kitô một nửa là người nhưng hoàn toàn thần thánh, hoặc Đức Kitô một nửa là thánh nhưng hoàn toàn con người, hoặc Đức Kitô nửa người nửa thánh, hay là gì? Ngài là một con người với một bản tính thần thánh, hay một Người thiêng liêng với bản tính con người, hay là gì?

Chính Giáo hội xác định câu trả lời cho câu hỏi đó. Chính Giáo hội, chứ không phải Kinh thánh, đã ban cho chúng ta những tín điều Kitô học và Ba Ngôi tuyệt vời. (Hai danh từ Ba Ngôi và Nhập Thể thậm chí không hề được nhắc đến trong Kinh thánh!)

Nếu chúng ta không thể tin tưởng Giáo hội, và nếu Giáo hội không vô ngộ như Kinh thánh, thì chúng ta tin tưởng vào hai mươi nghìn Kitô và thờ phượng từng ấy vị thần. Điều đó không những làm chúng ta rối trí mà còn đe dọa ơn cứu độ của chúng ta nữa.

Mọi dị giáo trong lịch sử đều tin Kinh thánh và tuân theo Kinh thánh. Lịch sử đã chứng minh chỉ mỗi Kinh thánh thì không đủ.

Lý do xem ra vẫn chưa đủ, chúng ta cần một lý do là Giáo hội không thể sai lầm để giải thích Kinh thánh, không phải là sự kiêu ngạo của Công giáo mà là sự khiêm nhường. Chúng ta có tín điều bởi vì Chúa ban cho chúng ta, và Chúa ban cho chúng ta vì chúng ta cần nó, và chúng ta cần nó vì chúng ta không đủ khôn ngoan để hiểu Kinh thánh – không đủ khôn ngoan để giải thích Kinh thánh một cách đúng đắn mà không có thần linh hướng dẫn. Cho dù chúng ta có một cuốn sách đúng đắn không thể sai lầm, nhưng chúng ta là những học sinh ngu ngốc, và chúng ta cần một người thầy thông thái, một người thầy thông suốt lịch sử để dạy chúng ta cách giải thích cho đúng sách vở của Ngài. Nếu ai phủ nhận điều đó, thì chính người đó, chứ không phải đạo Công giáo, ngạo mạn tự cao tự đại.

Chúng ta cần biết chắc chắn tội lỗi chúng ta được tha thứ, và Chúa Giêsu đã trao quyền năng đó cho các tông đồ, chính họ truyền lại quyền năng đó cho những người kế vị.

Chúng ta cần biết chắc chắn chúng ta đang thờ phượng Thiên Chúa thực sự chứ không phải một Thiên Chúa trong tưởng tượng hoặc một Thiên Chúa do lý trí dựng nên.

Chúng ta cần biết chắc chắn chúng ta đang thực sự tiếp nhận thân xác Đức Giêsu Kitô, và không đơn thuần chỉ là một biểu tượng của Ngài, khi chúng ta lãnh nhận Bí tích Thánh Thể mà Ngài ban cho chúng ta.

Chúng ta cần biết chắc chắn những tín điều chúng ta tin thực sự không thể sai lầm, vì những gì thuộc về con người đều có thể sai lầm; và nếu các tín điều chỉ là con người, và không phải thần thánh, thì chúng không thể không sai lầm. Nhưng các tín điều không nằm trong Kinh thánh: các tín điều đến từ thẩm quyền của Giáo hội giải thích các điểm trong Kinh thánh. Ví dụ, Chúa Ba Ngôi là một cách Giáo hội giải thích trong sáu điểm chính từ Kinh thánh, cho chúng ta biết (1) chỉ có một Thiên Chúa; (2) Đấng mà Chúa Giêsu gọi là Cha cũng là Thiên Chúa; (3) Chúa Giêsu là Thiên Chúa (Ngài chấp nhận tước hiệu từ Tôma [Gio-an 20:28]); (4) Chúa Thánh Thần là Thiên Chúa; (5) Chúa Giêsu không phải cùng một Ngôi với Cha Ngài (vì Ngài vâng theo ý muốn của Cha Ngài; hai bản thể khác nhau);

và (6) rằng Chúa Thánh Thần không phải cùng một Ngôi vị với Chúa Giêsu hay Chúa Cha, vì Chúa Giêsu và Chúa Cha "gửi" Ngài đến trần gian.

Chúng ta cần biết chắc chắn Thiên Chúa yêu thương chúng ta, và do đó chúng ta có thể tin tưởng tuyệt đối vào Ngài về mọi sự, cho dù ý tưởng đó gần như khó tin và dường như chỉ là điều mơ ước trong tâm tưởng.

Chúng ta cần biết chắc chắn chết không phải là hết. Lập luận triết học không đủ. Chúng ta cần "hy vọng" nhiều hơn chứ không chỉ là sự lạc quan hoặc may mắn; chúng ta cần "hy vọng chắc chắn và đích xác về sự Phục sinh" (lời nguyện trước khi hạ huyệt).

Chúng ta cần biết chắc chắn những người thân yêu của chúng ta chết không chỉ đơn thuần là "qua đời". Chúng ta cần vượt lên trên tình yêu thương và sự cảm thông bình thường của con người, kể cả trò lừa bịp của môn tâm lý đại chúng. Tuy cái chết là chắc chắn, chúng ta cần câu trả lời về sự chết để hiểu chắc chắn hơn.

Chúng ta cần biết chắc chắn chúng ta không dại dột tuyên bố một điều xác tín mà chúng ta biết rằng, trong tận đáy thâm tâm, chúng ta không sở hữu hoặc không có quyền. Chúng ta cần biết chắc chắn Đức tin của chúng ta là tín lý của Thiên Chúa, không phải tín lý của con người.●

30

TÔI LÀ NGƯỜI CÔNG GIÁO... VÌ CHỈ CÓ GIÁO HỘI MỚI ĐÁNH BẠI MA QUỶ

Bất cứ khi nào một ai đó thực sự nghiêm túc về việc trừ quỷ, tức khắc họ tìm gặp một linh mục Công giáo. Quý vị có bao giờ xem một bộ phim về một nhà trừ quỷ theo đạo Tin lành chưa?

Giáo hội Công giáo rất "lão luyện" trong cuộc chiến nguy hiểm nhất, cuộc chiến tâm linh. Tại sao? Thưa vì những lý do:

1. Chúa Giêsu đã trừ quỷ. Ngài thực hiện nhiều phép trừ quỷ được kể lại trong Phúc âm. Và Giáo hội tiếp tục thực hiện công việc trừ quỷ của Ngài.

2. Giáo hội có kinh nghiệm hai nghìn năm trừ quỷ.

3. Giáo hội có quyền năng siêu nhiên để trừ quỷ, nhờ Chúa Thánh Thần ban cho.

4. Ma quỷ rất lão luyện trong việc tấn công những kẻ thù linh thiêng nhất và ghê gớm nhất của nó.

5. Hầu như không ai trong nền văn hóa

ngày nay còn tin Ma quỷ đang rong ruổi khắp thế gian làm hại người. Trong bất kỳ cuộc chiến nào, vì không biết kẻ thù là ai (hoặc xem thường) càng làm kẻ thù trở nên vô hình và mạnh hơn gấp mười lần. Binh pháp Tôn Tử nói, *"Biết người biết ta, trăm trận trăm thắng"*. Vì không hiểu thực lực của Ma quỷ, hoặc khinh thường, nên rất dễ thua.

6. Dùng vũ khí tự nhiên không đủ để chống lại kẻ thù siêu nhiên.

7. Chúng ta có một kho vũ khí thiêng liêng nơi Mẹ Maria, người Mẹ luôn sẵn sàng bảo vệ những đứa con thân yêu và thừa sức giúp chúng ta thắng sức tấn công của Ma quỷ.

8. Ma quỷ rất thích nhắm vào phụ nữ và trẻ em, đặc biệt là trong nền văn hóa ngày nay.

9. Ma quỷ thực sự, thực sự phẫn nộ khi bị một phụ nữ đạp dẹp đầu dưới chân, đặc biệt là một phụ nữ đầy nữ tính, thánh thiện và khiêm tốn không như một nữ tướng Amazon đầy giận dữ và oán hờn và hiếu chiến mang cùng bản chất như Ma quỷ. Chỉ cần nhìn vào tất cả những gì Mẹ Maria đã làm trong lịch sử gần đây, từ Guadalupe đến Fatima và Zeitoun. (nếu chưa bao giờ nghe nói về Đức Mẹ Zeitoun, Đức Mẹ Ánh Sáng? Nên Google thử xem)●

31

TÔI LÀ NGƯỜI CÔNG GIÁO...
ĐỂ CỨU NỀN VĂN MINH THOÁT KHỎI TAY KẺ THÙ

Những kẻ theo chủ nghĩa Satan, những kẻ theo chủ nghĩa Mác, những tỷ phú dâm dục, những kẻ âm mưu khắp thế giới, những kẻ theo chủ nghĩa tân quốc xã, những kẻ khủng bố và các đệ tử của Marquis de Sade (sadism, bạo dâm), tất cả đều ghét và sợ Giáo hội Công giáo hơn bất cứ tôn giáo hay tổ chức nào trên thế giới. Theo một cách nào đó, họ khôn ngoan hơn những người Tin lành; họ nhận ra Giáo hội Công giáo là địch thủ đáng sợ nhất của họ.

Tại sao đế chế La-mã chỉ nhắm vào người Do-thái và Thiên Chúa giáo để tra tấn và tiêu diệt? Bởi vì Ma quỷ không ngu. Nó biết kẻ thù thực sự của nó là ai.

Hãy tưởng tượng thế giới sẽ ra sao nếu không có Giáo hội. Thử nghĩ nếu một đế chế Rôma phi-Kitô kéo dài mãi đến nay. Nó sẽ tệ hại như "ngàn năm đế chế Đức" của Hitler. Hoặc tồi tệ hơn.

Ngay cả những người Tin lành cũng cần đến Giáo hội. Nếu Giáo hội không hiện hữu, họ sẽ mất đi căn tính, không còn là Tin lành nữa, vì không còn gì để so sánh, vì họ tách ra từ bản thể Giáo hội. Còn Giáo hội, họ còn đối tượng để phản đối. Không có Giáo hội, họ phản đối chống lại điều gì đây?

Nếu những người Tin lành trả lời rằng căn tính của họ không có gì tiêu cực và phản kháng, nhưng là tích cực, thì xin thưa người Công giáo đã tin tất cả những điều tích cực giống như thế, và thực tế còn tin hơn thế nữa. Điều đáng nói chính là sự khác biệt giữa những gì Công giáo tin và những gì Tin lành không tin.

Giáo hội đã chiến đấu và chiến thắng chủ nghĩa ngoại giáo, đa thần, dị giáo, giáo phái cuồng tín, chế độ nô lệ, chủ nghĩa độc tài toàn trị, tội ác diệt chủng, hợp pháp hóa việc phá thai – giết hại những bé còn nằm trong bụng mẹ, cuộc cách mạng tình dục và tất cả các tôn giáo lầm lạc khác chống lại Giáo hội. Đúng vậy, tất cả những danh nghĩa đó đều là tôn giáo giả dối, tuyệt đối giả dối, không giống như những tội lỗi dai dẳng thông thường như trộm cắp, ngoại tình, tham lam, áp bức hoặc chủ nghĩa pháp lý cứng rắn.

Chúng ta đang trong thời kỳ chiến tranh, liên tục chiến đấu kể từ khi con rắn lẻn vào được vườn Địa đàng. Dừng chân, nhìn quanh và ngửi được mùi nguy hiểm. Cẩn thận vì chúng ta đang bước qua bãi mìn và đạn bay như bươm bướm ngang đầu. Nếu quý vị không tin điều đó, xin hỏi thiên thần bản mệnh.

Giáo hội trên trần gian gọi là Giáo hội Chiến đấu (phân biệt với Giáo hội Chiến thắng là các Thánh trên Thiên đàng, và Giáo hội Đền tội là các linh hồn còn trong luyện ngục), mặc dù thường trông giống như Giáo hội Phàn nàn (xem Phi-líp-phê 2:14-15).

Trọng tâm của cuộc chiến ngày nay là tình dục. Gần như mọi cuộc nổi loạn chống lại Giáo hội ngày nay đều là về giới tính và luân lý tình dục. Nó là động lực chính cho thuyết tương đối về đạo đức. Quý vị có bao giờ nghe ai bào chữa cho hành vi giết người chưa? Có đấy. Chỉ khi họ nhân danh "tự do" tình dục. Tên của nó là phá thai. Tại sao bất kỳ phụ nữ nào đều muốn phá thai? Vì các biện pháp ngừa thai khác không thành công. Biện pháp ngừa thai là gì? Là giải quyết nhu cầu tình dục mà không muốn có con, không muốn nhận lãnh trách nhiệm. Quý vị có bao giờ nghe ai bênh vực việc lạm dụng trẻ em chưa? Chỉ khi họ nhân danh "tự do" tình dục. Tên của nó là ly dị.

Tôi là một người Công giáo bởi vì chỉ có Giáo hội Công giáo mới có câu trả lời đầy đủ, dứt khoát, mang tính tổng thể cho cuộc cách mạng hủy diệt nhất trong mọi thời đại, cuộc cách mạng mà chúng ta đang sống ngày nay, cuộc cách mạng tình dục đầu tiên, đang tàn phá cuộc sống (bởi phá thai) và hạnh phúc của trẻ em và phá hủy đơn vị căn bản thiết yếu nhất của mọi xã hội ổn định, đó là gia đình. Câu trả lời đó là "thần học về thân xác" của Thánh Gioan Phaolô II. Đó là cuộc cách mạng tình dục thứ hai, và là cuộc cách mạng chân chính.

Giáo hội luôn đi ngược lại văn hóa về tình dục trên phương diện giá trị và chuẩn mực, và luôn đúng. Đó là một trận chiến xưa cũ có từ muôn thuở, chẳng mới mẻ gì; nhưng nó đang ở giai đoạn quyết liệt và triệt để nhất hiện nay, tiền giai đoạn của "Brave New World" (xem lý do 28).●

32

TÔI LÀ NGƯỜI CÔNG GIÁO...
VÌ PHIM ẢNH

Hollywood biết rõ sự thay thế các chủ nghĩa thế tục, và chủ nghĩa duy vật, và chủ nghĩa hoài nghi, và thuyết bất khả tri, và chủ nghĩa vô thần, và chủ nghĩa hư vô chính là đạo Công giáo.

Vì bất cứ khi nào họ làm một bộ phim nghiêm túc và dính líu đến tôn giáo, thì luôn luôn là Giáo hội Công giáo cọng thêm một linh mục Công giáo.●

33

TÔI LÀ NGƯỜI CÔNG GIÁO...
BỞI VÌ KHI TÔI ĐI XƯNG TỘI, TÔI MUỐN TIN RẰNG BƯỚC VÀO TÒA GIẢI TỘI LÀ ADONG VÀ BƯỚC RA LÀ CHÚA GIÊSU

Khi tôi nhìn lên cây thánh giá, và nhận ra đó là ai, Ngài đang làm gì, tại sao Ngài làm thế, giá Ngài phải trả ra sao, và tội lỗi của ai khiến Ngài phải hy sinh, tôi nhận ra sức nặng của tội lỗi – tội lỗi của tôi – và làm thế nào để tôi dứt khoát không bao giờ rời xa Chúa. Tôi biết mình cần một phép lạ chứ không phải một khuôn mặt tươi cười.

Tôi cần biết rằng Chúa Giêsu cứu tôi không những khỏi hình phạt mà công lý đòi hỏi vì tội lỗi tôi phạm, mà còn cứu tôi khỏi tội lỗi của chính tôi nữa. Thật quá ích kỷ, và nông cạn khi gọi Ngài là "Chúa Giêsu" (nghĩa là, "Đấng Cứu Độ") chỉ vì Ngài cứu tôi khỏi hậu quả (sự chết và Hỏa ngục) của tội lỗi mà thôi.

Qua thiên sứ, Thiên Chúa ra lệnh rằng danh Ngài phải được gọi là Chúa Giêsu vì Ngài sẽ cứu dân Ngài khỏi tội lỗi (xem Mát-thêu 1:21). Tôi không chỉ muốn được che chở; tôi còn muốn tâm linh được tẩy rửa. Tôi không chỉ muốn được ân xá; tôi còn muốn tâm hồn được thanh khiết. Tôi muốn được sạch.

Tôi là một người Công giáo vì ngay cả kẻ thỏa hiệp tự do nhất, hiện đại nhất, hoài nghi nhất, tối giản nhất, "khai sáng" nhất, phi siêu nhiên hóa nhất – một khi lương tâm họ thức tỉnh, họ sẽ quay đầu trở về những giá trị xưa cũ như truyền thống, bảo thủ, chính thống, siêu nhiên, đặc biệt tín điều về bí tích hòa giải theo đúng nghĩa: linh mục thực sự có quyền năng thiêng liêng để tha tội.●

34

TÔI LÀ NGƯỜI CÔNG GIÁO...
VÌ TÔI KHÔNG MUỐN SỐNG TRONG MỘT GIA ĐÌNH SIÊU NHIÊN CHỈ CÓ CHA HOẶC MẸ ĐƠN THÂN

Tôi cần một người Mẹ trên Thiên đàng và một người Cha cũng ở trên Thiên đàng.

Chúa Giêsu có một người Cha thiêng liêng cũng như một người mẹ loài thụ tạo; Cha trên trời cũng như mẹ dưới đất. Tôi cũng cần như vậy. Một giáo dân là "một bé Kitô"; do đó, người Kitô hữu cần một người Cha thiêng liêng cũng như một người mẹ thiêng liêng trần thế: Mẹ Maria.

Tất cả chúng ta đều cần bản năng và khôn ngoan, lòng cảm thông và sức mạnh tiềm ẩn của những người mẹ. Đây là cách Chúa tạo dựng bản tính con người. Bản tính con người được tạo dựng ở Thiên đàng, không phải tại Hollywood hay từ Harvard. Chúng ta không nhào nặn ra bản tính; nhưng bản tính là chúng ta. Các tính chất cốt lõi của bản tính không liên quan gì đến văn hóa, thời gian lịch sử, hồ sơ tâm lý, hoặc giáo phái. Và tình mẫu tử là một trong những tính chất cốt lõi đó.

Nền văn hóa của chúng ta ngày càng tiến gần đến Brave New World (xem lý do số 28), trong đó thí nghiệm Skinner Box* sẽ thay thế tình mẫu tử. Ngày nay, Giáo Hội chú trọng đến Mẹ Maria hơn bao giờ hết vì thật sự chúng ta đang cần Mẹ hơn bất cứ lúc nào.

Mẹ có nhiều danh hiệu, nhưng danh hiệu chính và chủ yếu là "mẹ", "Mẹ được Chúc Phúc", "Mẹ Thiên Chúa".

Các bà mẹ thường có khuynh hướng tổng hợp. Họ gắn kết mọi người lại với nhau, vì họ biết cách gần gũi với một người khác (những đứa con trong lòng) một cách mật thiết hơn bất kỳ người đàn ông nào. Đức Maria tổng hợp tất cả các mối quan hệ với Thiên Chúa, với cả Ba Ngôi vị thần linh, một cách hoàn hảo: con gái với Cha, mẹ với Con, và phối ngẫu với Thánh Thần. Cả ba mối quan hệ đó đang gặp khủng hoảng trong nền văn hóa hiện nay trong đời sống phụ nữ.

Giáo hội không những trả lời cho nền văn hóa qua Đức Maria; Giáo hội cũng cho tôi câu trả lời qua Mẹ nữa. Tất cả những gì tôi cần biết là sự khôn ngoan, và sự khôn ngoan của Mẹ chỉ bao gồm một chữ: *fiat* (Lu-ca 1:38); hoặc đầy đủ hơn: *"Người bảo gì, các anh cứ việc làm theo"* (Gio-an 2:5), bởi vì sự khôn ngoan đó chỉ một Lời, Lời của Chúa, và Mẹ hoàn toàn thấu suốt. Người Tin lành sợ Đức Maria lôi kéo tôi ra khỏi Đức Kitô cũng giống như sợ Đức Kitô lôi kéo tôi khỏi Chúa Cha. Toàn bộ cuộc khổ nạn và việc làm của Đức Maria – chính xác 100 phần trăm, không sai một ly – là để hướng tôi đến với Đức Kitô, để kết hợp tôi với Con thánh thiêng của Mẹ. Và Mẹ sẽ miệt mài không ngưng nghỉ cho đến khi, bằng tình yêu mạnh mẽ và lời cầu bầu của Mẹ, đưa hết tất cả những người con thân yêu ở trần gian về với Con yêu dấu của Mẹ.●

Chú thích

* *hộp chứa nhiều ngăn, sáng chế năm 1930 của nhà khoa học hành vi Burrhus Skinner dùng để theo dõi hành vi và phản ứng của động vật (chuột, thỏ, bồ câu), tương tự như thí nghiệm con chó của Pavlov. Kết quả trên động vật có thể áp dụng vào con người. https:// practicalpie.com/skinners-box-experiment/*

35

TÔI LÀ NGƯỜI CÔNG GIÁO...
VÌ TÔI CẦN LUYỆN NGỤC

Khi tôi chết, thay vì vào Luyện ngục, tôi sẽ có những lựa chọn nào?

1. Tôi có đủ thánh thiện để hưởng phước Thiên đàng, trực tiếp chịu đựng được ngọn lửa thiêng bất diệt của công lý thánh? Nếu đúng thì cũng giống như tôi đủ sức leo lên đỉnh Everest bằng hai đầu gối trong tuổi già; đúng là chuyện đội đá vá trời.

2. Tôi xuống Hỏa ngục, mặc dù tôi yêu Chúa Giêsu và Chúa Giêsu yêu tôi? Nếu Ngài yêu tôi thì làm sao Ngài đành lòng để tôi xuống Hỏa ngục?

3. Tôi được đầu thai? Nhưng Kinh Thánh nói, *"Phận con người là phải chết một lần, rồi sau đó chịu phán xét."* (Do-thái 9:27).

4. Tôi không bao giờ chết mà sống trên trần gian mãi mãi trong thân xác thối rữa này? Về mặt sinh học rõ ràng không được, và về mặt tâm lý cũng chẳng xong.

5. Tôi tan biến không còn hiện hữu? Nhưng tôi được tạo dựng nên theo hình ảnh của Thiên Chúa, và linh hồn tôi bất tử.

Rõ ràng là không có một lựa chọn nào khả dĩ thay thế được.

Và chỉ có Giáo Hội Công Giáo mới dạy cho tôi cách hiểu Luyện Ngục, qua lời cầu nguyện với sự Thông công của các Thánh. Giáo Hội là niềm hy vọng của tôi vì Luyện ngục là niềm hy vọng của tôi. Cũng thế, Luyện ngục là hy vọng của tôi vì Giáo Hội là hy vọng của tôi.

Luyện ngục là niềm vui khôn cùng hơn là đau khổ vì mọi người ở Luyện ngục đều chắc chắn trước sau gì họ cũng được lên Thiên đàng, điều mà chúng ta không thể chắc chắn khi còn sống ở thế gian; và theo một cách nào đó, Thiên Chúa cũng ở đó với chúng ta, nắm tay nâng đỡ chúng ta vượt qua được ngọn lửa thanh luyện đau khổ mà chúng ta cần, và chắc chắn chúng ta nhận ra sự cần thiết của ngọn lửa thanh luyện với lòng khao khát bằng cả trái tim. Vì thế, niềm khao khát được thanh luyện sẽ không làm chúng ta chán chường nhụt chí, trái lại chúng ta cảm thấy hài lòng, phấn chấn cho dù đau đớn vì ngọn lửa hồng rực cháy.

Luyện ngục không thể thay thế cho Thiên đàng, số phận thứ ba sau Thiên đàng và Hỏa ngục, và là một phần của Thiên đàng (tạm trú), nên nơi đó phải tràn ngập niềm vui cũng như nỗi đau. Đau đớn không phải là tai họa, như tội lỗi, vì vậy cũng có thể có đau đớn trên Thiên đàng. Nhưng đó là nỗi đau tốt, và chúng ta có đủ khôn ngoan để mong muốn và đón nhận đớn đau, vì nhờ thanh luyện đau đớn, chúng ta sẽ được hưởng phước Thiên đàng, mục đích tối hậu mà chúng ta hằng ước muốn.

Nếu quý vị chưa hiểu được, tôi xin đưa ra một ví dụ khác. Những người bị ung thư phải dùng xạ trị hay hóa trị để chữa trị. Mỗi lần xạ trị xong là cả thân thể mệt nhoài và đau đớn cùng cực (cứ hỏi những người bị ung thư sẽ rõ). Vừa khỏe đôi chút lại xạ trị, và đau đớn tiếp tục hành hạ thân xác. Cứ thế, đau đớn triền miên kéo dài cả tháng tùy theo tình trạng ung thư nặng hay nhẹ. Người bệnh phải sống với đau đớn, cần thiết như hơi thở. Sau một thời gian xạ trị, bác sĩ cho biết là mầm ung thư đã bị diệt hoàn toàn. Người bệnh không cần phải xạ trị gây đau đớn nữa. Niềm vui diệt hết mầm ung thư cũng giống như niềm vui được thanh luyện trong Luyện ngục, (xạ trị giống như Luyện ngục). Hoặc nếu quý vị có trí tưởng tượng phong phú, hãy nghĩ quý vị như một con rắn cần trút bỏ lớp da cũ, cứng, bẩn và sần sùi để tìm một làn da mới, mềm, sạch và trơn tru.

Khi tôi chết, tôi sẽ chịu phán xét như thân

phận con cái của Thiên Chúa trong Đức Kitô, và tôi sẽ bước vào Thiên đàng. Và khi đứng ngơ ngác trước cửa Thiên đàng với tâm hồn nhơ nhớp và bối rối vì những thói quen tội lỗi vẫn còn in đậm trong nhân cách của tôi, cho dù Thiên Chúa thương xóa những hình phạt chính đáng vì tất cả những việc làm của tôi ở trần gian, tôi nghĩ Ngài sẽ nói với tôi như thế này, "Con yêu dấu của Ta, vì con mà Con Ta phải chết, con luôn được tiếp đãi ân cần trong tiệc mừng của Ta. Nhưng trước khi ngồi xuống bàn ăn, con có muốn tắm nước nóng tẩy rửa trước không? Vì con đầy bùn đất, phân và sâu bọ. Người con quá hôi hám. Ta yêu con vô cùng, cho dù người con bẩn thỉu. Ta muốn ôm con, nhưng Ta không thể ôm lấy ô uế. Ta không thể yêu con nhiều như Ta muốn, và con cũng không thể ôm lấy Ta như con muốn, cho đến khi ô uế bẩn thỉu của con được tẩy sạch." Nghe xong, quý vị có muốn xin đi tắm ngay không?

Nhưng tâm hồn quý vị sẽ đau đớn chính vì tự ái và tự mãn, nỗi sợ hãi và sự hèn nhát. Đau đớn vì câu nói bộc lộ sự khủng khiếp về tất cả tội lỗi của quý vị đã xúc phạm đến Ngài và làm tổn thương đến những người thân yêu, và có thể khi nghe xong, quý vị hầu như chết đứng, cả người tê liệt, bất động. Sau khi bình tâm suy nghĩ, quý vị sẽ xin được tắm rửa, gội cho sạch những vết nhơ, bằng ngọn lửa hồng và chấp nhận đau đớn. Nên nhớ, lửa – như đèn đuốc – không những tỏa sức nóng mà còn ban phát nguồn sáng nữa. Chúng ta cần thấy, chúng ta cần biết sự thật, ngay cả sự thật mất lòng, gây đau khổ. Đó là lý do tại sao phải có Hỏa ngục: để đánh tan hồ nghi, nghi ngờ, ngờ vực không biết có Hỏa ngục hay không. Hỏa ngục là sự thật và khi biết được thì quá muộn màng.

Thánh Catherine thành Genoa, người được Thiên Chúa cho thị kiến về Luyện ngục, nói (1) vì tội lỗi tồi tệ hơn bất kỳ điều ác nào khác, nên đau khổ ở Luyện ngục dùng để thanh luyện những thói quen và ham muốn tội lỗi còn sót lại của chúng ta ray rứt hơn nhiều so với bất cứ nỗi đau nào ở trần gian, nhưng đồng thời (2) niềm vui của Luyện ngục cũng hưng phấn hơn nhiều so với bất cứ niềm vui nào ở trần gian vì Thiên Chúa ở cùng quý vị, chăm sóc và nâng đỡ quý vị, và đây là điểm cốt lõi, quý vị biết chắc chắn sẽ được hưởng ơn cứu độ đời đời một khi đau khổ của thời gian thanh luyện qua đi, lúc đó niềm vui choáng ngợp và hạnh phúc dạt dào không thể nào diễn tả được khi quý vị biết sẽ được hưởng phước bên Ngài mãi mãi. Và (3) mức độ niềm vui của Luyện ngục bao la hơn mức độ đau khổ của Luyện ngục, cho dù đau khổ của Luyện ngục ray rứt hơn đau khổ của trần gian.

Khi tôi trở thành Công giáo, cha tôi rất khó chịu. Ông là một tín hữu trung thành theo thuyết Calvin, khôn ngoan, thánh thiện, và chúng tôi có rất nhiều tranh luận thần học. Một trong số đó là Luyện ngục. Mẹ tôi lắng nghe cuộc tranh luận, và sau nửa tiếng nghe cha con tranh cãi mà chẳng đi đến đâu, bà cắt ngang.

"Này ông," mẹ tôi nói, "nếu tôi hiểu thì Peter (là tôi) chỉ nói những gì Kinh thánh nói."

"Bà có lầm không," cha tôi trả lời. "Nó cứ nói là có Luyện ngục. Bà mở Kinh thánh ra xem, chẳng có đoạn nào nói về Luyện ngục cả."

"Hmm… ông nói cũng không sai, nhưng tôi nghĩ lý do duy nhất khiến Peter tin có Luyện ngục là vì Peter tin vào Kinh thánh. Peter, đây là những gì mẹ nghe con nói. Mẹ lập lại xem có đúng không nhé. Kinh thánh nói chúng ta là tội nhân: *Nếu chúng ta nói là chúng ta không có tội, chúng ta tự lừa dối mình, và sự thật không ở trong chúng ta.*" (1 Gio-an 1:8). Và Kinh thánh cũng cho biết không ai có tội được vào Thiên đàng (xem Khải huyền 21:27). Và Kinh thánh cũng khẳng định rằng tội lỗi (bóng tối) và thánh khiết (ánh sáng) hoàn toàn khác biệt, như một trời một vực (xem 1 Gio-an 1:5). Vì thế, Thiên Chúa phải làm một cái gì đó để sau khi chết chúng ta được thanh luyện, để biến đổi chúng ta từ tội nhân thành thánh nhân, và nếu người Công giáo muốn gọi cái gì đó là Luyện ngục thì đó là quyền của họ, mặc dù chúng ta không tin. Hóa ra, cha con chỉ tranh luận về từ ngữ mà thôi, đúng không?"

Cha tôi im lặng. "Hmm.. có lẽ vậy. Thôi, nói chuyện khác đi." ●

36

TÔI LÀ NGƯỜI CÔNG GIÁO... VÌ, NHƯ THÁNH THOMAS AQUINAS NÓI, KHÔNG AI CÓ THỂ SỐNG MÀ KHÔNG CÓ NIỀM VUI

Thánh Thomas Aquinas nói không ai có thể sống mà không có niềm vui. (Ngài nói tiếp, "Đó là lý do tại sao những người bị tước đoạt niềm vui chân chính luôn tìm đến thú vui nhục dục." Tôi chưa hề đọc một bài phân tích nào sâu sắc hơn về nguồn gốc của chứng nghiện tình dục.)

Niềm vui đến từ Thiên Chúa: niềm vui thực sự, niềm vui đích thực, điều mà thánh Augustinô gọi là "niềm vui trong sự thật," niềm vui sâu sắc, đích thực, lâu dài, niềm vui không phù du và không chỉ là cảm xúc hoặc tình cảm và chủ quan, và không chỉ là vẻ bề ngoài và tự nhiên. Thú vui sẽ nhàm chán và ngay cả hạnh phúc cũng vậy (sự mãn nguyện, thỏa mãn những ước muốn của chúng ta), sẽ chóng phai, nhưng niềm vui sẽ không bao giờ nhàm chán.

Chúa Giêsu là Người duy nhất trong lịch sử không bao giờ làm bất cứ ai nhàm chán.

Theo lẽ thường tình, tương quan nhân quả nói rằng chúng ta không thể cho đi những gì chúng ta không có. Chỉ mỗi Thiên Chúa ban cho chúng ta niềm vui này, vì chỉ mỗi một Thiên Chúa mới có niềm vui một cách tự nhiên, vĩnh cửu. Đó là một chiều kích sự sống thiêng liêng của chính Ngài, và Ngài muốn chia sẻ điều đó với chúng ta thông qua Đức Kitô, chính Người là phương cách duy nhất cho bất cứ ai – bất cứ lúc nào và bất kỳ nơi nào, nền văn hóa hay tôn giáo nào – được thực sự kết nối với Thiên Chúa, với Thiên Chúa thật.

Điều này có liên quan gì đến Công giáo? Thưa, tất cả. Vì Đức Kitô ban niềm vui cho chúng ta qua nhiệm thể Ngài – Giáo hội – mà chúng ta được kết hợp. Thánh Augustinô nói, "Khi rước Mình Thánh Chúa Kitô, chúng ta trở thành Mình Đức Kitô." Đó là lý do tại sao trở thành một người Công giáo là niềm vui tuyệt đỉnh của cuộc đời và là cuộc mạo hiểm lớn lao nhất của đời người.

Roquentin, nhân vật chính theo chủ nghĩa hư vô của Jean-Paul Sartre trong cuốn tiểu thuyết Buồn Nôn, nói: "Tôi chẳng mạo hiểm bao giờ. Mọi chuyện cứ tuần tự xảy ra với tôi, thế thôi."●

37

TÔI LÀ NGƯỜI CÔNG GIÁO...
VÌ CHÚA THÁNH THẦN LÀ LINH HỒN CỦA GIÁO HỘI, VÀ TÔI CẦN CHÚA THÁNH THẦN THÔI THÚC TÔI BẰNG CHÍNH SỰ SỐNG CỦA THIÊN CHÚA

Chúng ta cần được Chúa Thánh Thần "ám". Nó hoàn toàn trái ngược với việc bị quỷ ám: với Chúa Thánh Thần trong tâm trí, chúng ta được tự do, thanh sạch và tràn đầy niềm vui.

Đón nhận Chúa Thánh Thần là giai đoạn cuối cùng và trọn vẹn nhất để kết hợp mật thiết với Thiên Chúa. Thiên Chúa là tình yêu, và tình yêu tìm kiếm sự thân mật, sự hợp nhất cá nhân với người được yêu. Đó là lý do tại sao Thiên Chúa bày tỏ chính Ngài trong ba giai đoạn. Đó là các giai đoạn của sự thân mật: trước tiên là tình yêu nghiêm từ của Chúa Cha trong Cựu ước, sau đó là tình yêu bạn hữu của Người Con nhập thể trong Phúc âm, và cuối cùng là tình yêu Thánh Thần trong lịch sử Giáo hội (Thiên Chúa ở bên ngoài, bên cạnh, và bên trong chúng ta).

Vì Chúa Thánh Thần là giai đoạn cuối cùng

của sự thân thiết của Thiên Chúa với chúng ta, nên chúng ta luôn cần Ngài để đạt được niềm vui tột độ, và chúng ta tìm thấy Ngài trong Giáo hội, vì Ngài là "chính linh hồn (sự sống) của Giáo hội".*

Chúa Thánh Thần là tình yêu giữa Chúa Cha và Chúa Con. Cũng như Chúa Cha hiểu biết về chính Ngài thấu đáo và thật đến nỗi đó là một Ngôi vị, (Chúa Thánh Thần) được Chúa Cha "sinh ra" thiêng liêng và từ muôn đời, vì vậy tình yêu giữa Chúa Cha và Chúa Con keo sơn và thật đến nỗi đó cũng là một Ngôi vị, (Chúa Thánh Thần) mãi mãi được "tiếp nối" từ Chúa Cha và Chúa Con.

Chúa Thánh Thần rất thật, không thể là bất cứ điều gì khác ngoài một Ngôi vị. Điều này cần hiểu rằng trên đời có nhiều mức độ thực tế, vì không phải mọi thứ đều thật như nhau. Dối trá không thật như chân lý. Hư cấu không thật như thực tế. Số lượng (chẳng hạn như các số đếm) không thật bằng phẩm chất (chẳng hạn như khôn ngoan). Những điều trừu tượng (chẳng hạn như sự sáng suốt) không thực bằng những thứ cụ thể (chẳng hạn như một nhà thông thái). Cái ác không thật bằng cái thiện (vì đó là một lỗ hổng trong sự thiện). Không có sinh vật nào thật như Đấng Tạo Hóa (vì sinh vật không thể tự hiện hữu, trái ngược với Ngài; nó được tạo dựng nên). Và không gì thật bằng con người. Đó là lý do tại sao Thiên Chúa là Ba Ngôi vị, không phải là một thế lực hoặc một lý tưởng hoặc một tâm trí hay ý chí phi ngôi vị. (Tâm trí và ý chí phụ thuộc vào con người, chỉ có ở con người và là quyền lực của con người.)

Chúa Thánh Thần không phải là một cái gì đó trừu tượng, chẳng hạn như "tinh thần dân chủ" hay "tinh thần học đường". Ngài là một Người cụ thể. (Ở đây, cụ thể không có nghĩa là "vật chất" mà là "cá thể". Tổng lãnh Thiên thần Micae, một thần linh thuần khiết không có thân xác vật chất, nhưng rất cụ thể; nhưng bùn hoặc đá, tuy khác với nắm bùn hoặc hòn đá, lại là trừu tượng.)

Và Ngài hiến dâng chính Ngài cho linh hồn chúng ta về mặt tâm linh (cả ba Ngôi vị đều làm như thế) qua các bí tích cụ thể của Giáo hội Ngài. Và khi có Ngài sống trong tâm hồn, đời chúng ta tràn đầy niềm vui và không thể bị khuất phục, vì chúng ta sống trong chính tình yêu gắn kết Ba Ngôi với nhau mạnh mẽ hơn, một hợp nhất keo sơn mà không một thế lực trần gian nào có thể tách rời. Ngay như chúng ta, tình yêu khiến hai người yêu nhau dâng hiến trọn vẹn cho nhau (một xương một thịt) tạo nên một hợp chất (cả hai mang một tính chất chung; tính chất riêng của mỗi chất không còn nữa) khắng khít hơn, một chất keo bền chặt hơn, chứ không phải là một dung hợp (tuy trộn với nhau, nhưng vẫn giữ riêng tính chất của từng chất một) vì một trong hai người sẵn sàng chết vì người kia, rõ ràng mỗi người "gắn bó" với người kia hơn là với chính mình.

Tình yêu là lẽ sống của Thiên Chúa mạnh hơn sự thù ghét, mạnh hơn tội lỗi, mạnh hơn sự chết. Cái chết tách chúng ta ra khỏi chính chúng ta (vì chúng ta gồm cả thể xác lẫn linh hồn, và cái chết tách rời thể xác khỏi linh hồn) và bơm vào hữu thể của chúng ta cái vô thể, tức là hư vô, đó là tính chất của Ma quỷ. Chính Ma quỷ là "thủ lãnh của thế gian này" (xem Gio-an 16:11). Nhưng chính sự sống của Thiên Chúa ở trong chúng ta qua Đức Kitô và Giáo hội của Ngài, và do đó *"Đấng ở trong anh em mạnh hơn kẻ ở trong thế gian"* (1 Gio-an 4:4). Nếu chúng ta ở trong Đức Kitô, thì Chúa Thánh Thần đối với linh hồn chúng ta như linh hồn đối với thân thể chúng ta: đó là sự sống siêu việt.●

Chú thích

* *Thánh GH. Gioan Phaolô II, Nói Với Các Tín Hữu, 8 tháng 7, 1998.*

38

TÔI LÀ NGƯỜI CÔNG GIÁO...
BỞI VÌ GIÁO HỘI BẢO VỆ TẤT CẢ TẠO VẬT CỦA THIÊN CHÚA CŨNG NHƯ ĐẤNG TẠO HÓA

Giáo hội bảo vệ bản tính cũng như ân sủng, bởi vì Giáo hội tin rằng ân sủng hoàn thiện và cần thiết cho công trình cứu chuộc, đồng thời yêu mến và xác thực bản tính chứ không chối từ, giảm thiểu, bỏ qua hoặc loại trừ nó. Có rất nhiều ví dụ về nguyên tắc trọng yếu này của Công giáo:

• Giáo hội bênh vực con người cũng như Thiên Chúa, vì Thiên Chúa đã trở thành con người, và Ngôi Hai trong Ba Ngôi Thiên Chúa là một con người và là Thiên Chúa mãi mãi. Thăng thiên không có nghĩa là xóa bỏ Nhập thể. Chúa Giêsu không bỏ lại thân xác nhân tính hay linh hồn của Ngài ở trần gian.

• Giáo hội bảo vệ lý trí cũng như đức tin. Theo định nghĩa của Công đồng Vatican I, vấn đề đức tin về sự hiện hữu của Thiên Chúa có thể chứng minh được bằng lý trí chứ không chỉ riêng là vấn đề đức tin!

- Giáo hội bảo vệ thân xác cũng như linh hồn, vì cả hai là một, giống như ý nghĩa và chữ của một cuốn sách (chữ và nghĩa).

- Và vì Giáo Hội bảo vệ thân xác cũng như linh hồn, nên Giáo Hội bảo vệ không chỉ linh hồn nhân tính của Đức Kitô mà còn cả thân thể của Ngài, và sự tiếp nối của thân thể Ngài trong Giáo Hội. Và Giáo hội bảo vệ cả Đầu (Chúa Kitô) và thân thể (chúng ta).

- Giáo hội bảo vệ vật chất cũng như tinh thần, vì Thiên Chúa tạo ra cả hai. Từ những thời kỳ đầu tiên (thời kỳ dị giáo Ngộ đạo được thánh Gioan nhắc đến trong thư thứ nhất) cho đến nay, Giáo hội luôn phản đối thuyết Ngộ đạo, hay thuyết duy linh (Chesterton gọi "duy linh" là "một sự diệt vong khủng khiếp").

- Giáo hội bảo vệ quốc gia cũng như Giáo hội (tất cả đều là Thành trì của Chúa theo thánh Augustinô).

- Giáo hội bảo vệ tình yêu tự nhiên cũng như tình yêu siêu nhiên (xem Four Loves của C. S. Lewis và của Giáo hoàng Bênêdictô XVI về sự hợp nhất giữa *eros* và *agape* trong Thông điệp Thiên Chúa là Tình Yêu, Deo Caritas Est).

- Giáo hội bảo vệ văn học thế tục cũng như Kinh thánh. (Có nhiều tiểu thuyết gia, nhà thơ và nghệ sĩ bên Công giáo hơn bên Tin lành).

Ân sủng luôn yêu thương, bảo vệ, che chở, hoàn thiện, thánh hóa, sử dụng và tôn vinh bản tính. Nguyên tắc đó hiển nhiên – và tuyệt diệu. Và nguyên tắc đó đúng về mặt thần học vì Thiên Chúa là tình yêu, và tình yêu luôn yêu thương và hoàn thiện chúng ta.

Khuynh hướng Tin lành luôn là chọn một trong hai (như tiêu đề của cuốn sách nổi tiếng Either/Or A Fragment of Life của Kierkegaard), trong khi khuynh hướng Công giáo luôn là cả hai: cả ân sủng và bản tính, trong tất cả các ví dụ trên.

Ngay cả cuộc tranh luận giữa Tin lành một-trong-hai và Công giáo cả-hai vẫn là cả-hai chứ không thể một-trong-hai, vì lẽ tinh thần Công giáo giúp cho người Tin lành chọn lựa một-trong-hai (như Thiên đàng hay Hỏa ngục, thiện hay ác, đức tin hay tội lỗi, xin vâng hay từ chối Thiên Chúa), nhưng họ vẫn nghi ngờ khuynh hướng chọn cả-hai của Công giáo.●

39

TÔI LÀ NGƯỜI CÔNG GIÁO...
VÌ TÔI XEM TRỌNG LÝ TRÍ

Ý tôi nói hai điều này. Một là lý trí của tôi thôi thúc tôi trở thành một người Công giáo; khoa biện giải Công giáo thật sự thành công, thuyết phục được những người như tôi cải đạo. Hai là, sâu xa hơn và quan trọng hơn, học thuyết Công giáo mở rộng lý trí của tôi. Đối tượng của "lý trí" hiện đại không phải là hữu thể, không phải thực tế, mà là "những ý tưởng rõ ràng và khác biệt" của Descartes và cả những lập luận của ông.

Và trong số các lập luận, đối tượng của lý trí hiện đại là giá trị của các lập luận được xác định bằng máy tính, sử dụng định lý toán học, trong khi đối tượng của lý trí theo nghĩa Công giáo truyền thống như khôn ngoan, thông minh, trực giác trí tuệ, sáng suốt, hoặc hiểu biết, mà đối tượng tự nhiên của nó là những mầu nhiệm lớn lao về bản thể.

Giáo hội cho thấy ý nghĩa thực sự sâu thẳm nhất của lý trí. Là cổ xưa, lớn lao, siêu hình, không cụ thể như toán học. Lý trí ung dung hiện hữu trong những thứ huyền nhiệm nhất

– đó là những mầu nhiệm lớn của cuộc sống – trong khi lý trí hiện đại vênh vang hiện hữu trong những thứ ít huyền nhiệm nhất, đó là những con số. Con số là ngôn ngữ hoàn toàn rõ ràng và cụ thể duy nhất trên thế giới, nhưng lại ít sâu sắc và ít thú vị nhất. Những gì nói ra, nói rất rõ ràng, trắng đen minh bạch nhưng thật ra những gì nói ra thì hầu như không đáng nói.

Tôi rất đồng tình với những người vô thần và những kẻ bất khả tri hiện đại, khi họ nhận thức rằng đạo Công giáo chứa đầy những mầu nhiệm đáng kinh ngạc và hầu như không thể tin được:

• Giáo hội tuyên bố được thẩm quyền thánh thiêng lại trông "giống con người, quá người."

• Giáo hội tuyên bố bánh và rượu trên bàn thờ chính là Mình và Máu Chúa Kitô Nhập thể, nhưng nếu đem thử nghiệm khoa học thì trông giống như bánh và rượu bình thường.

• Trong tôn giáo này, Thiên Chúa là Đấng hoàn hảo vô biên, Đấng chẳng cần một thứ gì ngoài tình yêu thương bao la loài tạo vật ngỗ nghịch của Ngài, bất chấp chúng rất ngu xuẩn, ích kỷ, nông cạn, đến nỗi Ngài phải sai Con Một xuống thế – thật vô lý và không thể tưởng tượng nổi – để cứu chuộc chúng.

• Trong tôn giáo này, những sinh vật hèn yếu được nâng lên cao hơn cả thiên thần, là những bản thể thuần khiết đạo đức, và được tạo dựng nên để cùng những kẻ công chính hưởng phước Thị kiến Vinh phúc* trên Thiên đàng, nơi thấy tận mắt (thị kiến) tôn nhan Chúa, thụ hưởng một niềm hạnh phúc bao la, tràn trề, choáng ngợp, không thể nào diễn tả được. Bất cứ niềm hạnh phúc trên trần gian so với vinh phúc trên Thiên đàng giống như một món khai vị nhỏ nhoi ở đầu tiệc so với đại yến đầy đủ các món sơn hào hải vị ở giữa tiệc.

Thật điên rồ.

Tình yêu của Chúa là một tình yêu điên rồ.

Thật không hiểu nổi.

Tôi thông cảm với những người tuy nhận thấy tình yêu điên rồ của Thiên Chúa nhưng lý trí của họ lại từ chối vì không tin có một tình yêu như thế hiện hữu. Tôi thông cảm với những người tuy cảm nhận được tình yêu điên rồ của Thiên Chúa nhưng trái tim của họ lại chối từ và bâng khuâng tự hỏi một tình yêu như thế có thật không – nói cách khác, những người cả đời chỉ biết hy vọng nhưng thiếu niềm tin. Nhưng tôi không thể nào thông cảm cho những người nghĩ tình yêu điên rồ của Thiên Chúa như một sự đạo đức nhạt nhẽo, vô vị và kiềm chế niềm vui của con người. Rõ ràng họ không cảm nhận được tình yêu bao la của Thiên Chúa. Họ không nhìn Đức tin qua khung cửa kiếng, dù khó thấy, để thấy được những gì bên kia khung cửa; họ nhìn vào tấm gương, nên chỉ thấy chính họ và trái tim của họ. ●

Chú thích

Thị kiến Vinh phúc (Beatific Vision) là sự hiểu biết ngay lập tức về Thiên Chúa mà các thiên thần và linh hồn những người công chính đang được hưởng trên Thiên đàng. Được gọi là "thị kiến" để phân biệt với sự hiểu biết trung gian về Thiên Chúa mà tâm trí con người có thể cảm nhận được trong cuộc sống ở trần gian.

Vì khi mặt đối mặt với Thiên Chúa toàn năng toàn trí trên Thiên Đàng, con người cảm nhận được một niềm hạnh phúc trọn vẹn, dào dạt, vô biên… không một hạnh phúc nào trên trần gian có thể so sánh được nên thị kiến được gọi là "vinh phúc".

40

TÔI LÀ NGƯỜI CÔNG GIÁO...
VÌ CHÚA GIÊSU Ở ĐÓ, TRONG GIÁO HỘI, LÀ NHIỆM THỂ CỦA NGÀI

Và Giáo hội là nơi tôi gặp Chúa và là Chúa của tôi, điều tuyệt đối và không thể chuyển nhượng cho bất cứ ai suốt trọn đời tôi.

Ngài hiện diện ở khắp mọi nơi, tất nhiên, theo một cách nào đó; nhưng hiện diện không có nghĩa chỉ là hiện diện; vì hiện diện có nhiều loại và mức độ khác nhau. Ngài hiện diện trong chính Ngài hơn trong bất kỳ tạo vật nào; Ngài hiện diện trong những sinh vật có linh hồn lý trí nhiều hơn là hiện diện trong những sinh vật khác; Ngài hiện diện trong những người tốt và đầy lòng mến, trong những việc làm tốt chan chứa yêu thương hơn là hiện diện trong những điều xấu; Ngài hiện diện trong những người được rửa tội, những người có đức tin, những người được cứu rỗi – đó là những người (chỉ một mình Thiên Chúa biết rõ) đang hưởng phúc trong tình trạng ân sủng – hơn là hiện diện trong những người khác. Ngài hiện diện trong bảy bí tích của Giáo hội nhiều hơn trong các bí tích khác (chẳng hạn như nước thánh và các biểu tượng) mặc dù Ngài hiện diện trong mọi sự liên quan đến bí tích và theo một nghĩa nào đó, mọi sự đều là bí tích; và Ngài hiện diện trong Bí tích Thánh Thể một cách trọn vẹn và chân thực như Ngài hiện diện trên đường phố bụi bặm ở Giêrusalem và trên những mảnh gỗ rướm máu của Thập giá.

Nguồn sáng đỏ tôn nghiêm leo lét cháy là ngọn nến trên cửa sổ nhà tôi, ngọn lửa hồng rực sáng trong lò sưởi phòng khách, nơi tôi quỳ thinh lặng suy niệm. Ngài là lửa. Giáo hội là lò sưởi, nơi ngọn lửa cháy rực sáng, tỏa hơi ấm. Mọi tín lý, mọi luật luân lý, mọi bí tích, mọi lời cầu nguyện, mọi bài giảng, mọi Kinh thánh, mọi bài thánh ca, mọi thớ gỗ của hàng ghế quỳ trong nhà thờ, và ngay cả từng xu nằm trong giỏ xin tiền… tất cả đều quy về ngọn lửa đó, chính là Người.

Nếu điều đó không đúng, nếu Giáo hội chỉ đơn thuần là một tổ chức của con người chứ không phải là một thực thể thần thánh, thì đó là một trò lừa dối, gian trá, ngụy biện, ảo tưởng, hư cấu hoặc trò đùa dai, và, bắt chước Flannery O'Connor, tôi nói, "ma tha quỷ bắt hết đi!"

Nhưng nếu đó là sự thật, tôi xin thưa, với thân xác (Giáo hội) cũng như Đầu (Đức Kitô),

"Lạy Chúa con, và Thiên Chúa của con."

Những người Tin lành xem Giáo hội là một loại ngẫu tượng ở trần gian. Tại sao họ sai? Bởi vì thân không thể không có đầu, và Đầu không thể không có thân.●

CẢM TẠ

Xin chân thành biết ơn:

- Amanda Schar và Ethan Strouse thuộc Phân khoa Theology & Ministry tại Boston College giúp liên lạc với Gs. Kreeft.

- Gs. Peter Kreeft cho phép dịch sang Việt ngữ.

- Lm. Phaolô Lưu Đình Dương đọc và viết lời tựa.

Xin Thiên Chúa ban nhiều ơn phước cho Quý Vị, đặc biệt Quý Giáo sư và Quý Cha.

———

I am indebted to:

- Amanda Schar and Ethan Strouse, Admissions Assistants at the School of Theology and Ministry, Boston College, helped me contact Dr. Kreeft and later correspond with him.

- Dr. Peter Kreeft who granted me the permission to translate to Vietnamese.

- Father Paul Duong Luu who had taken time to read throughout the draft and wrote the introduction.

May God pour abundant grace on all of you.

Hạ Ngôn

Bản dịch được in thành sách nhân dịp lễ Kim Khánh mừng 50 Năm Nhận Áo Dòng (1972 – 2022) của ba Sư huynh Dòng La San thuộc Đoàn Credo 94:

GIOAN NGUYỄN QUỐC CHUNG
MICAE THÁI THANH TOÀN
PHÊRÔ NGUYỄN ĐÌNH LONG

Chúc mừng và cầu chúc ba Sư huynh luôn bền đỗ trong ơn gọi tông đồ ngành giáo dục.